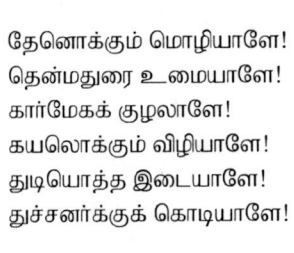

# தொண்டியம்மா

தேனொக்கும் மொழியாளே!
தென்மதுரை உமையாளே!
கார்மேகக் குழலாளே!
கயலொக்கும் விழியாளே!
துடியொத்த இடையாளே!
துச்சனர்க்குக் கொடியாளே!

பழனியப்பன் தாயானாய்
தாடங்கம் தரித்தத் தத்துவத்தி!
பண்டைநாள் தக்கனவன்
தலையறுத்த வித்தகத்தி!

மகிடனை வதம் செய்த
மாணிக்க மணிநிறத்தி!
மங்காத வனப்புகொண்ட
தனபார வாரணத்தி!

புலியுடையான் இடமிருக்கும்
புண்ணியத்தி! பூரணத்தி!
புவனங்கள் ஈன்றெடுத்த
காரியத்தி! காரணத்தி!

பண்சுமந்த பாடற்குப்
பரிசளிக்கும் மதிமுகத்தி!
பண்பட்டோர் உள்ளொளியாம்
உயர்வான உத்தமத்தி!

அன்பர் குறை போக்கிடுவான்
உன் துணைவன் ஈசனம்மா!
அன்பு வடிவானவளே!
தொண்டர் போற்றும் தொண்டியம்மா!

D1771269

**எரிசினக் கொற்றவன்**

சத்யா

**Title:**
Thondiyamma
Earishina Kotravan

ISBN: 978-93-92474-58-3

Title Code : Sathyaa-076

நூல் தலைப்பு
தொண்டியம்மா

நூல் ஆசிரியர்
எரிசினக் கொற்றவன்

முதற்பதிப்பு
ஜீன்-2024

விலை: ₹230

பக்கம் :176

Printed in India

**Published by**

**Sathyaa Enterprises**
Old No.137,
New No.147, First Floor,
Choolaimedu High Road,
Choolaimedu,
Chennai - 600 094.
Mob: +91 95000 45615

Email:
sathyaabooks@gmail.com

# முன்னுரை

**ஓங்காரி என்பாள் அவள் ஒரு பெண்பிள்ளை**
**நீங்காத பச்சை நிறத்தை உடையவள்**
**ஆங்காரி ஆகியே ஐவரைப் பெற்றிட்டு**
**இரீங்காரத்துள்ளே இனி திருந்தாளே.**

**(திருமந்திரம் - திருமூலர்)**

இராமநாதபுரம் மாவட்டம் திருவாடானை வட்டம் தொண்டி என்ற கடலோரச் சிற்றூரில் துவங்குகிறது இக்கதைக்களம். இதில் சொல்லப்பட்ட அனைத்தும் கடவுள் நம்பிக்கை சார்ந்த கதைகள் என்பதோடு மட்டுமல்லாமல் உண்மையாக நடந்த, நடந்ததாகச் சொல்லப்பட்டக் கதைகளே இங்கு கோர்க்கப்பட்டுள்ளன. அதுமட்டுமின்றி நாட்டார் வழிபாட்டு மரபு கொண்ட நான்கு திருக்கோயில்களின் வரலாற்றையும் முடிந்தமட்டும் பதிவுசெய்துள்ளேன்.

நாட்டார் வழிபாட்டு மரபு சார்ந்த உண்மைக் கதைகளை ஒரு சிறிய புத்தகமாக எழுத வேண்டும் என்ற எண்ணம் வந்தபோது சிவகங்கை மாவட்டம் காளையார்கோயில் துவங்கி இராமநாதபுரம் மாவட்டம் இராமேஸ்வரம் வரை உள்ள திருக்கோயில்கள் அனைத்துக்கும் சென்றுவந்தேன். அங்குள்ள பூசகர்கள், பக்தர்கள் என்று பலரிடமும் பேசி பல செய்திகளையும் பதிவுசெய்து கொண்டேன். அத்திருக் கோயில்களின் தலவரலாறுகளை வாங்கிப் படித்தேன். கிடைத்த கதைகளுக்குப் பொருத்தமான திருக்கோயில்களாக நான்கினைத் தேர்வு செய்துகொண்டு இப்புதினத்தை எழுதியுள்ளேன்.

இப்புதினத்தில் சொல்லப்பட்ட பெரும்பான்மை யானவை உண்மைக்கதைகள் என்றாலும் சொல்லப்பட்ட சம்பவங்கள் அனைத்தும் கற்பனை கலந்தும் முலாம் பூசப்பட்டும்தான் கூறப்பட்டுள்ளது.

அதற்காகச் சொற்களுக்கும் முலாம் பூசப்பட்டிருக்கும் என்று கருத வேண்டாம். வட்டார வழக்கு வசைச்சொற்களை உள்ளது உள்ளபடியே இதில் பதிவு செய்துள்ளேன். இங்கு கெட்ட வார்த்தைகள் என்று ஏதும் கிடையாது எல்லாமே கேட்ட வார்த்தைகள்தான். இதை முன்னுரையிலேயே சொல்லிவிட வேண்டும் என்று எண்ணினேன். காரணம் சொற்களால் சூடுபடும் இளகிய உள்ளம் கொண்ட மாந்தர்களுக்கான புத்தகம் இதுவல்ல என்பதை உணர்த்த மட்டுமே.

எத்தனையோ நூல்களைப் படித்திருப்பீர்கள் அதனை இரசித்தும் இருப்பீர்கள். இருப்பினும் அந்த நூலில் ஏதாவது ஓரிடம் தொய்வாக இருப்பதாக உணர்ந்தும் இருப்பீர்கள். நீங்கள் உணர்ந்தீர்களோ இல்லையோ! நான் உணர்ந்துள்ளேன். அந்தத் தொய்வு இந்த நூலில் இருக்கக்கூடாது என்று நினைத்தேன். எனவே இக்கதை நகரும் வேகத்தில் எந்தத் தொய்வும் இல்லாதபடி இதை எழுதியிருப்பதாக நான் நம்புகிறேன். அந்த உணர்வு உங்களுக்கும் கிட்டியது என்றால் அதைக்காட்டிலும் பெருமகிழ்ச்சி எனக்கு வேறேதும் இருக்க முடியாது.

இந்த நூல் வெளிவருவதற்குக் காரணமாகிய ஐயா சரவணன் கண்ணா அவர்களுக்கும், தோழர் பெரு.தரன் அவர்களுக்கும் இதனை எழுத என்னைப் பெரிதும் ஊக்கப்படுத்திய தமிழ் ஆசிரியர் திருமதி. தேன்மொழி அவர்களுக்கும் அட்டைப் படம் துவங்கிக் கதைக்கு நேர்த்தியாக சிறப்பான படங்களை வரைந்துக் கொடுத்த தோழர் மதி கலைவாணன் அவர்களுக்கும் இப்புதினத்தை வெளியிட்ட பதிப்பகத்தாருக்கும் மற்றும் என் தோழமைகள் அனைவருக்கும் இப்புத்தகம் சமர்ப்பணம்.

நெஞ்சம் நிறைந்த அன்போடு

**எரிசினக் கொற்றவன்**

## பகுதி – 1

தொண்டியம்மன் சிங்கவாகனத்தில் ஊரை வலம்வரப் புறப்படுகிறாள். தொண்டியில் நேரம் தவறாது ஒலிப்பது மூன்று ஓசைகள் மட்டும்தான். முதலாவது பள்ளிவாசல்களில் ஒலிக்கும் பாங்கோசை, இரண்டாவது மாதா கோயிலின் மணியோசை, மூன்றாவது சரியான நேரத்துக்குச் சீறிவரும் ஜெயவிலாஸ் பேருந்தின் ஓசை. இந்த ஓசைகளை மட்டுமே கேட்டுப் புளித்துப்போன தொண்டி மக்களின் செவிகளுக்கு, தொண்டியம்மன் திருவிழாவில் போடப்பட்ட வேட்டுச்சத்தமும், ஊரதிர ஒலிக்கும் இசைக்கருவிகளின் சத்தமும், அம்மனுக்கு முன்னே ஆடிவரும் கரகாட்டக்காரர்களின் சலங்கைச்சத்தமும், சண்டமாருதமாய்ச் சுழன்றாடும் இளவட்டங்களின் சீட்டிச்சத்தமும் சேர்ந்து புத்துயிர் ஏற்றிக் கொண்டிருந்தன.

ஊரை வலம் வந்த அம்மன், கோயிலுக்குத் திரும்பினாள். சிங்கவாகினியைத் தரையில் இறக்கியதுதான் தாமதம், வானை மண்ணோடு இணைத்தது போலக் கொட்டத் துவங்கியது மழை. அம்மன் புறப்பட்ட நேரத்தில் மேகமும் இல்லை, காற்றும் இல்லை, மழைக்கான அறிகுறிகள் ஏதும் தட்டுப்படவில்லை. வானம்பார்த்த இந்த பூமியில் ஆத்தாளின் மனம் குளிர்ந்தால் மழையாய் வந்துதான் மக்களுக்கு அருள்புரிவாள்.

இந்த இராமநாதபுர மாவட்டம் வறட்சிக்குப் பெயர்போனது. இங்குப் பணியமர்த்தப்படும் அரசு அதிகாரிகள்கூட பெரும்பாலும் காழ்ப்புணர்ச்சியால்

அல்லது தண்டனையால் இடம் மாற்றப்பட்டவர்களாகவே இருப்பார்கள். ‘தண்ணியில்லாக் காடு’ என்று இம் மாவட்டத்தைக் அழைப்பதுமுண்டு.

தொண்டி, பாண்டிநாட்டுத் துறைமுகமாக விளங்கிய ஊர். இலங்கை மன்னனுக்கும், பாண்டியனுக்கும் போர் மூண்ட போது பாண்டியனுக்குத் துணைபுரிந்தான் சோழ மன்னன். இப்போரில் பாண்டியன் வென்றான். மீண்டும் இலங்கை மன்னன் போருக்கு வர வாய்ப்புள்ளதை அறிந்து, சோழனின் படைகள் தொண்டியிலேயே தங்கவைக்கப்பட்டனர். அவர்கள் கடற்கரை ஓரங்களில் குடியேறி, மீன்பிடித்தொழிலை மேற்கொண்டனர். படை நடத்த வந்த இம்மக்கள் ‘படையாச்சி மக்கள்’ என்று அழைக்கப்பட்டார்கள். இந்த வன்னியப் படையாச்சி மக்களுக்குப் பாத்தியப்பட்டவள்தான் தொண்டியம்மன்.

கேட்டதைக்கேட்டபடி கொடுப்பவள் தொண்டியம்மன். எனக்கு இன்னது வேண்டும் என்று பெற்றதாயிடம் கேட்பது

போலக் கேட்டு நேமிக்கம் வைப்பார்கள். உடனே அக்காரியம் கைகூடும். காரியம் கைகூடிய பிறகு காணிக்கை செய்ய மறந்தமோ! பஞ்சாய்ப் பறத்திவிடுவாள். மிகத்துடியான தெய்வம் தொண்டியம்மன்.

தொண்டியம்மனைத் தன் குலதெய்வமாக ஏற்ற பலரும் தன் பெண்மகவுக்கு தொண்டியம்மா என்று பெயர் வைப்பதுமுண்டு. ஊருக்குள் எத்தனையோ தொண்டியம்மாக்கள் உள்ளார்கள். கிழக்குத்தெரு படிக்காசு மருமகள் பெயரும் தொண்டியம்மாள்தான். அவளை யாரும் தொண்டியம்மா என்று அழைப்பதில்லை, ரைசுமில்லு என்றுதான் அழைப்பார்கள். கையையும், காலையும் உடம்பில் உள்ள உறுப்புகளாகக் கருதவே மாட்டாள். மண்வெட்டி, கோடாலி, சுத்தியல், கடப்பாரை போன்றுதான் பயன்படுத்துவாள். ஆண்கள் தயங்கும் வேலைகளையும், பெண்கள் புலம்பும் வேலைகளையும் இந்தா என்று சொல்லும் நேரத்துக்குள் முடித்துக்கடாசி விடுவாள். வாய்மட்டும் சும்மாவா இருக்கும்? எந்நேரமும் ஏதாவது ஒன்று அரையும், சண்டையென்று வந்துவிட்டால் எட்டூர் அதிரக் கத்திக் குவிப்பாள், கதறித் துடிப்பாள். ஊர் மக்கள் செய்யும் மிகச்சரியான ஒரே செயல் இது போன்ற பட்டப்பெயர் வைப்பது மட்டும்தான் போல.

தொண்டியம்மாளுக்கு நான்கு குழந்தைகள், நான்காவது பிள்ளைக்கு ஏழு வயதாகும் போது தன் கணவனை இழந்தாள். படிக்காசு குடும்பத்தில் யாரும் மீன் பிடிக்கச் சென்றதில்லை. முதல் இரண்டு ஆண் பிள்ளைகளுக்கும் திருமணம் செய்து வைத்துவிட்டாள். நான்கு பிள்ளைகளைப் பெற்று ஒரு பிள்ளைக்குக்கூட திருமணம் செய்து பார்க்காமல் செத்துப் போய்விட்ட தன் கணவனை நினைத்து நினைத்து நொந்துபோவாள். மூத்தவன் சாமிக்கண்ணு உள்ளூரிலேயே பழக்கடை வைத்துள்ளான். அவன் மனைவி ஒளியரசி. இருவருக்கும் அழகான ஒரு பெண்குழந்தை. பெயர் அங்கயற்கண்ணி. பிறந்து மூன்று ஆண்டுகள் ஆகிவிட்டன. இரண்டாவது மகன் கொற்றவன், திருமணமாகி மூன்று மாதங்கள் ஆகிறது. சென்னையில் தனியார் நிறுவனம்

ஒன்றில் கணக்காளனாக வேலை செய்கிறான். அவன் மனைவி குறிஞ்சிமலர். கொற்றவனுக்கு நாலுவீடு தள்ளித்தான் பெண்ணெடுத்தாள் தொண்டியம்மா. மூத்த மருமகளுக்கும் தொண்டியம்மாளுக்கும் ஒத்துப்போகவில்லை. அவள் தனிக்குடித்தனம் போய்விட்டாள். அவர்களுக்குப் பிறந்த பெண் குழந்தை மட்டும் தொண்டியம்மாளிடம் வளர்கிறது. மூத்த மருமகளைத் தன்னோடு வைத்துக்கொள்ளாத ரைசுமில்லுக்குப் பக்கத்து வீட்டுக்காரர்கள் எப்படிப் பெண் கொடுத்தார்கள் என்றும், மூத்த மருமகள் தெருவில் நின்று மண்ணள்ளித் தூற்றி, ஊரையே கூட்டி என்னை இவள் கொடுமை செய்கிறாள் என்று கேவலப்படுத்திவிட்டுச் சென்றாளே! அந்தப் படிப்பினை இருக்கத்தானே செய்யும். எனவே இரண்டாவது மருமகளை கைக்குள் வைத்துக்கொள்வாள் என்றும், இன்னும் அது இது என்றெல்லாம் கிழக்குத்தெருவே புகைந்தது. பெரும்பாலும் பெண்களுக்கு ஓய்வு என்பது அடுத்தவர் வீட்டை எட்டிப்பார்க்கும் சாளரமாகத்தான் பயன்படுகிறது. தொண்டியம்மாளின் மூன்றாவது மகன் இளங்கோ துபாயில் வேலைசெய்கிறான். நான்காவது மகள் இன்பநிலா எட்டாவது படித்துக் கொண்டுள்ளாள்.

திருமணமாகி மூன்று மாதங்களில் இரண்டாவது மருமகள் குறிஞ்சிமலர், முப்பது நாட்கள் கூடத் தன் கணவன் வீட்டில் தங்கவில்லை. அவளின் அம்மா வீட்டில்தான் போய் தங்கியிருந்தாள். அதற்கும் சில காரணங்கள் இருந்தன. குறிஞ்சிமலர் இளங்கலை பட்டப்படிப்பு முடித்தவள். ஆதலால் அவளுக்குச் சமையல் சார்ந்த எந்த அறிவும் இருக்கவில்லை. சமையல் வேலையும், வீட்டு வேலையும், மாமியாரின் பேச்சும், அந்தப் பழையவீடும் அவளுக்கு உவப்பாக இல்லை. அதனால்தான் தாய்வீடே கதியென்று கிடந்தாள்.

குறிஞ்சிமலரின் இந்நடவடிக்கை தொண்டியம்மாளுக்குக் கடுமையான சினத்தை உண்டாக்கியது. தொண்டியம்மன் திருவிழாவுக்கு இரண்டாவது மகன் கொற்றவன் ஊருக்கு வருவதாகக் கூறியிருந்தான். திருவிழா துவங்கிவிட்டது.

திருவிழாவுக்கு தன் குடும்பத்தின் சார்பாக என்னென்ன செய்ய வேண்டுமோ அனைத்தையும் செய்து கொடுத்து விட்டாள் தொண்டியம்மா. காலை, நேரம் ஒன்பது மணியை நெருங்கிக்கொண்டிருந்தது. இன்னும் சிறிது நேரத்தில் இரண்டாவது மகன் கொற்றவன் வந்துவிடுவான்.

புருசன் வரும் வரைக்கும் ஆத்தா வீட்டுலயே கெடக்கணும்ன்னு என்ன சட்டமா இருக்கு?

ஒரு நாள், ரெண்டு நாளுக்கு முன்னாடியே வந்து வீட்டு வேலையில ஒத்தாச செய்யலாமுன்னு தோணுச்சா அவளுக்கு?

அவ வரட்டும் அவ நோனியக் கிழிச்சு, உப்பு வச்சுக் குலுக்கி, ஊறுகா போடுறேனா இல்லையா பாரு!

பொறுமிக் கொண்டிருந்தாள் தொண்டியம்மா. நெருப்பிலிட்ட உப்பாய் வெடித்துச் சிதறினாள். உள்ளம் குமைந்துகொண்டிருந்தது. கையில் கிடைத்தவற்றையெல்லாம் விட்டெறிந்து நொறுக்கினாள். அருள்வந்து ஆடப்போகும் சாமியாடியைப் பார்ப்பது போல இன்பநிலாவும், அங்கயற்கண்ணியும் பார்த்துக் கொண்டிருந்தார்கள். நேரம் ஆக ஆக உக்கிரம் ஏறிக்கொண்டிருந்தது. கருநாகத்தைப் பார்த்தக் காட்டெலியாய் மூச்சடங்கி நின்ற இருவரும், கொற்றவன் வீட்டுக்குள் வருவதைப் பார்த்தார்கள். கதவு திறந்தேதான் இருந்தது. 'அம்மா' என்று அழைத்தபடி உள்ளே நுழைந்த கொற்றவன், வாசல் கதவைத் திருப்பி அடைக்காமல் வந்தான்.

கணவன் வந்திருக்கக்கூடும் என்று விரைவாகப் புறப்பட்டு வந்தாள் குறிஞ்சிமலர். தன்னால் ஒரு பெரிய எரிமலைவெடிப்பு நடக்கப்போகிறது என்பதையும், அதில் வெளிவரப்போகும் குழம்புகள் காலங்கள் பல கடந்தாலும் கொதித்துக் கொண்டே இருக்கப்போகிறது என்பதையும், அதுதான் வாழ்க்கையையே சுடுசாம்பலாய் ஆக்கப்போகிறது என்பதையும் அறியாமல், கணவன் உள்ளே சென்று படுக்கையறையுள் தன் பையை இறக்கிவைக்கும் நேரத்திற்குள் வீட்டினுள் அடியெடுத்து வைத்தாள்.

# பகுதி – 2

தொண்டிக்கு அடுத்த ஊர் நம்புதாளை. ஊரின் எல்லையிலேயே காவலுக்கு நின்றுகொண்டிருப்பார் கருப்பண்ணசாமி. தார்ச்சாலையிலிருந்து வலப்புறமாக நூறடி உள்ளே சென்றால்தான் கருப்பனைக் காணமுடியும். முன்பெல்லாம் சீமைக்கருவைகள் மண்டிக்கிடக்கும் காட்டுக்குள் ஒரு குளத்தருகே, வெயிலை வாங்கிக்குடிக்கும் பொட்டல் தரையில் தன்னந்தனியாக நின்றுகொண்டுள்ளார் கருப்பசாமி ஐயா.

கருப்பண்ணசாமி, கருப்பசாமி, கருப்பு, கருப்பன் என்று பேசிக்கொள்வதெல்லாம் அவருடைய எல்லைக்குள் நுழையும் வரைதான். அவருடைய எல்லைக்குள் நுழைந்துவிட்டால், ஐயா என்றுதான் அழைக்கவேண்டும். தீட்டுப்பட்டவள் எவளும் ஐயா இருக்கும் திசைநோக்கிக்கூட கால்வைக்க மாட்டாள்.

தார்ச்சாலையில் நின்று பார்த்தால் ஐயா தெரியமாட்டார். இருந்தாலும் ஐயாவுக்கு அடிமைப் பட்டவர்கள் செருப்பைக் கையில் எடுத்துக்கொண்டுதான் தார்ச்சாலையில் நடப்பார்கள். ஐயா பெரும் கோபக்காரர். யாராவது ஏதாவது மொள்ளமாரித்தனம் செய்யுறது ஐயாவுக்குத் தெரியவந்தாப் போதும், ஆட்டை அறுப்பதுப் போல அறுத்துப் போட்டுவிடுவார். ஐயாவுக்கு உண்மையாக நடந்துகொண்டால் நினைத்ததையெல்லாம் நடத்தித் தருவார்.

'அள்ளிக் கொடுப்பதில் ஐயாவுக்கு முன்னால அந்த ஆதிசிவனே தோத்துப் போயிடுவான்' என்று ஊருக்குள் கூறுவதுண்டு.

ஐயா அசைவப்பிரியர். எந்நாளும் ஆடும், சேவலும் அறுபட்டுக் கொண்டேதான் இருக்கும். ஐயாவிடம் நேந்துகொண்டேன், காணிக்கை செலுத்தவேண்டுமென்று ஒரு நாளுக்குப் பத்துபேர் வருவார்கள். பூசாரி வேலன் தேதி குறித்து சீட்டெழுதிக் கொடுப்பார். குறைந்தது நாற்பது நாளுக்குப் பிந்தைய ஒரு தேதி குறிக்கப்பட்டிருக்கும். இரத்தக்கவிச்சிவாடை மூக்கைத் துளைத்துக் கொண்டே இருக்க வேண்டும் ஐயாவுக்கு.

ஐயா, பத்தாம் நூற்றாண்டில் நம்புதாளைக்கு வந்தார். இலங்கையின் வடமாகாணத்தில் உள்ள தலைமன்னார் மண்ணில், ஐயா கோயில் கொண்டிருந்தார். ஐயாவுக்குத் திருவிழா எடுப்பதில் இரண்டு கரைகளுக்கும் சண்டை மூண்டது. ஒருவரை ஒருவர் வெட்டிக் கொண்டு குருதியாட்டம் போட்டார்கள். ஆடுகள் வெட்டப் பட்டுக் கிடந்த இடங்களிலெல்லாம் மனிதத் தலைகள் உருண்டு கிடந்தன. பிறகு ஐயாவை வணங்கவே மக்கள் அச்சம் கொண்டனர். ஐயாவுக்குச் சினமான சினம். ஊரையே சபித்தார். பிள்ளைவரம் வாங்கிப் போனவர்களின் கருப்பையையே கிள்ளிப் போட்டார். ஊரில் பிறந்த ஒரு பிள்ளைகூட மனிதப் பிறவிகள் போல இல்லை. எல்லாம் விகார உருவத்துடன் பிறந்தன. ஆண்களெல்லாம் மண்டை பெருத்து, வயிறு ஊதிப்போய் காண்பதற்கு ஒப்பாதத் தோற்றம் கொண்டனர். ஊர் பெண்கள் ஒருத்திக்குக் கூட மண்டையில் மயிர் இல்லை. பருத்து, வெடித்துவிடுவது போலிருந்த அவர்களின் முலைகளெல்லாம் கிழவிகளின் சுருக்குப்பையைப் போன்று சூம்பித் தொங்கியது. மொத்த ஊரும் விசித்திரப் பிராணிகளின் பண்ணையாய் மாறிப் போனது. ஐயாவின் கோயிலில் சலங்கைச் சத்தம் ஒலித்துக் கொண்டே இருந்தது. திடீரென எவன் வீட்டு வாசலிலாவது சலங்கைச் சத்தம் ஒலிக்கும். அத்துடன் அக்குடும்பத்திலுள்ள அனைவருக்கும் கழிச்சலும், வாந்தியும் நிக்காமல் போகும். ஊரே பேதலித்துப் போனது.

தலைமன்னாருக்கு அருகிலுள்ள பேசாலை என்ற ஊரிலிருந்து பெரியவர் இசையன் வந்திருந்தார். அவருக்கு தலைமன்னார் ஊருக்குள் ஒரு தொடுப்பு இருந்தாள். அவள் பெயர் எல்லம்மா. வப்பாட்டியைப் பார்க்க வண்டி கட்டிக் கொண்டு வந்திறங்கினார். ஊர் பொலிவிழந்து போய்க்கிடந்தது. பெரியவர் ஊரைப் பார்க்கவா வந்தார்? புட்டும், மீன் குழம்பும், இடியாப்பமும், சொதியும் மணக்க மணக்கச் செய்து வைத்துக் கொண்டு தன்னை எதிர்பார்த்து எல்லம்மா காத்திருப்பாள், எல்லாவற்றையும் ஒருபிடி பிடிக்க வேண்டும் என்ற எண்ணத்தில், நாலாபுறமும் ஊசாட்டம் பார்த்துவிட்டு எல்லம்மாளின் வீட்டுக்கதவைத் தட்டினார். சுவற்றில் ஒட்டிக் காய்ந்து தரையில் விழுந்த வரட்டியாய்ப் பாயில் கிடந்த எல்லம்மாள், படாதபாடுபட்டு எழுந்துவந்துக் கதவைத் திறந்தாள். கையில் வைத்திருந்த மல்லிகைப்பூ பொட்டலத்தோடு எல்லம்மாளை நிமிர்ந்து பார்த்தார் இசையன். சப்தநாடியும் ஒடுங்கிப் போனது, மொத்த உடலையும் வியர்வை நனைத்தது. கால் வழியாக ஓடிய மூத்திரத்தால் எல்லம்மாளின் வீட்டு வாசல்படி முழுமையாக நனைந்தது. மயக்கமுற்று வீட்டுக்குள் சரிந்தார் இசையன். அவருக்கு மயக்கம் தெளிவித்து, உணவுசமைத்துப் பரிமாறும் உடல்வலிமை எல்லம்மாளுக்கு இல்லை. கதவை அடைத்துவிட்டு, அவர் அருகிலேயே பாயைப்போட்டுப் படுத்துவிட்டாள்.

பளபளவென விடிந்த பிறகுதான் எழுந்தார் இசையன். எல்லம்மாள் வீட்டில் இல்லை. ஊர் எல்லையில் வண்டிக்காரன் காத்திருப்பான். எல்லம்மாளைத் தொடுப்பாக வைத்திருப்பது ஊரறிந்த செய்தியாகவே இருந்தாலும், இரவில் வந்துவிட்டு விடியும் முன் வெடுக்கென்று கிளம்பிவிடுவார். ஆனால் இன்று இப்படியொரு சங்கடம் வந்து சேர்ந்துவிட்டது. அந்திமக்காலத்தில் அம்மணப்பட்டுப் போகப்போகிறோம் என்று தன்னைத்தானே நொந்துகொண்டார் இசையன்.

வப்பாட்டி வைத்துக்கொள்வது பெருங்குற்றம் என்று கருதிய காலம் அதுவல்ல என்றாலும், மற்றவர்கள் செய்யும் பகடிக்கு நாணுவார்கள். தலைகுனிந்து தரையோடு பேசிக்

கொண்டு போனாலும், கண்கள் ஊர்மேயத்தானே செய்யும். எதிர்பாராது நிமிர்ந்தார் இசையன். ஊர்மக்களெல்லாம் உரலும் உலக்கையும் போன்ற உருவம் கொண்டு திரிந்தார்கள். இசையன் தெளிவான ஒரு முடிவிற்கு வந்தார்.

நாம் செத்ததற்குப் பிறகு செல்லும் எமலோகத்தில்தான் இருக்கிறோம். நமக்கு நல்ல சாவுதான் வந்துள்ளது. படுக்கையில் கிடந்து பீ, மூத்திரம் அள்ளிப்போட ஆளில்லாமல், இது எப்படா... சாகும்? என்று உறவுகளெல்லாம் காதுபடப் பேசுவதைக் கேட்காமல், கையுங்காலும் நன்றாக இருக்கும்போதே எமன் வந்ததில் சந்தோசம்தான். ஆனா... ஒன்று மட்டும்தான் வருத்தம், வப்பாட்டி வீட்டு வாசலில் வந்து செத்துப் போய்விட்டேன். ஊரு பகடி பேசும்... ஆமா... ஊருக்கெடக்கு நோனி ஊரு. வாழ்ந்தாலும் பேசும், செத்தாலும் பேசும். எது எப்படியோ நல்ல சாவைத்தந்த நல்லூர் முருகனுக்குத்தான் நன்றி சொல்ல வேண்டுமென்று தனக்குத்தானே நினைத்துக்கொண்டார் இசையன்.

ஊருக்கு நடுவில் உள்ள புளியமரத்தடியில் வந்து அமர்ந்தார். நேற்று மதியம் உணவு உண்டது. இரவில்

எல்லம்மாள் கையால் உண்ண வேண்டுமென்று அரைகுறையாகத்தான் சாப்பிட்டிருந்தார். எல்லம்மாள் கைப்பக்குவம் எவளுக்கும் வராது. 'நீ தேவலோகத்து சமையக்காரிடி...' என்று சொல்லிவிட்டு எல்லம்மாளின் புட்டத்தில் தட்டுவார் இசையன். இசையனுக்குப் பசி குடலை அரித்துக்கொண்டிருந்தது. மனதுக்குள் பேசுவதாக நினைத்து வாய்விட்டுப் பேசத் துவங்கினார் இசையன்.

'எனக்கு ஒன்டு மட்டுந்தான் வெளங்க இல்ல, செத்த பெறகுகூட இந்தத் தேவிடியாலன்ட வயிறு பசிச்சுக் கொண்டுதானிருக்குமோ?'

மரத்துக்குப் பின்னால் பல்லாங்குழி ஆடிக் கொண்டிருந்த மலருக்கும் காசியம்மாவுக்கும் இசையனின் சொற்கள் காதில் பட்டது. அவர்கள் இருவரும் திருநங்கைகள். ஒருவன் பெயர் மலரவன். மற்றொருவன் பெயர் காசிப்பிள்ளை. இந்த இருவரையும் மலரு, காசியம்மா என்று தான் ஊர் மக்கள் அழைப்பார்கள்.

இசையனுக்கு என்ன நிகழ்ந்திருக்கும் என்பதையும், எதனால் இப்படிப் பேசிக் கொண்டிருக்கிறார் என்பதையும் அந்த இருவருக்கும் விளங்கிக் கொள்ள நீண்ட நேரம்பிடிக்கவில்லை. மலரின் காதில் காசியம்மா குசுகுசுத்தான். மலர் தன் வேட்டியை அவிழ்த்துத் தலைக்குமேல் ஒரு முடிச்சிப் போட்டுவிட்டு, குத்தவைத்துக் காலிலும் ஒரு முடிச்சுப் போட்டான். இப்போது ஒரு மூட்டைபோல மாறிப் போனான் மலர். பிறகு காசியம்மா, மலரை இசையனின் இடதுகைப்புறமாக உருட்டிவிட்டான். ஓ....... என்று பெருங்குரலெடுத்து உருண்டான் மலர். இசையன் அரண்டுபோனார். தன் வலதுகைப்புறமாக எழுந்து ஓட முயன்றபோது, தன் வேட்டியைத் தலைக்கு மேல் தூக்கிக்கொண்டு ஏய்...... என்று கத்திக்கொண்டு குதித்தான் காசியம்மா. நிலைகொள்ளாது தடுமாறி மண்ணில் புரண்ட இசையனின் வேட்டி மூத்திரத்தால் நனைந்துபோனது. மூட்டையைப் பிரித்துக்கொண்டு வெளியே வந்த மலர், மூத்திர வேட்டியோடு நடுங்கிக் கொண்டிருந்த இசையனைப் பார்த்துச் சிரிக்கத் துவங்கினான். காசியம்மா இசையனைச் சுற்றி கும்மியடிக்கத் துவங்கினான். மலருக்கு சிரித்து சிரித்து வயிறு வலியெடுத்துவிட்டது, மண்ணில் உருண்டு உருண்டு சிரித்தான். இசையன், தான் சாகவில்லை என்பதை உறுதி செய்துகொண்டு இறுகிப் போய் அமர்ந்திருந்தார். இசையனின் கடுகடுத்த முகத்தைப் பார்த்துக் கொஞ்சம் கொஞ்சமாய் அவர்களின் சிரிப்பொலி குறைந்தது.

இசையனுக்குக் கடுமையான கோபம் 'அடேய்! அலி வேச மோனே' என்று திட்டத் தொடங்கியவர், அவர்கள் பரம்பரையில் உள்ளவர்கள், மாண்டவர்கள் என்று எவரையும் விட்டுவைக்கவில்லை. கிழித்துத் தொங்கவிட்டு, காரித்துப்பிக் கழுவி ஊற்றினார். தனக்குத் தெரிந்த எல்லாக் கெட்ட வார்த்தைகளையும் கொட்டித் தீர்த்துவிட்டார். வார்த்தைகள் வற்றிப்போனது. மூச்சு திணறிக் கொண்டிருந்தது.

மலர் ஒரு சொம்பில் தண்ணீர் கொண்டுவந்து நீட்டினான். மறுப்பேதும் சொல்லாமல் வாங்கி மண்டினார். வெறும் சொம்பை மலரின் முகம்நோக்கித்

தூக்கி வீசினார். சொம்பைப் பிடித்துக் கொண்ட மலர் இசையனின் முதுகுக்குப் பின்னால் சென்று தோள்களைத் தொட்டு அமரவைத்து, தோளையும், கைகால்களையும் பிடித்துவிட்டான். கைவிரல்களுக்கும், கால்விரல்களுக்கும் நெட்டியெடுத்துவிட்டான் காசியம்மா. இசையன் மறுப்பேதும் சொல்லாமல் அமைதியாய் அமர்ந்திருந்தார். இருவரின் கைகளும் செய்த மந்திரம் அது. ஊருக்குள் பல குருத்து மட்டைகளையும், காய்ந்த கறுத்த மட்டைகளையும் சாய்த்த கைகள் அவை. சிறிது நேரம் கழித்து ஊரையும், ஊர்மக்களின் நிலையையும் விசாரித்தார் இசையன். கைகளைச் சப்பாணி தட்டிக்கொண்டும், மூக்குமேல் விரலை வைத்துக்கொண்டும், வாயைக் கோணல் வழித்துக்கொண்டும் ஒருவழியாக ஊர் பட்டபாட்டைச் சொல்லி முடித்தார்கள்.

உறைந்து போன இசையனுக்கு ஓர் ஐயம் கிளம்பியது. ஊரே உருக்குலைந்துபோய்க் கிடக்கிறது. இந்த இரண்டும் திமுசுக் கட்டைகள் போன்று திரிகிறதே அது எப்படி? என்பதுதான் இசையனின் ஐயம். இசையனின் கண் போன போக்கைப் பார்த்த மலர், அவர் மனதில் எழுந்த கேள்வியைப் பிடித்துவிட்டான். கைகொட்டிச் சிரித்தவன் விடையேதும் கூறவில்லை. மூவரும் எழுந்தார்கள்.

ஆணின் உடலையும், பெண்ணின் மனதையும் பெற்றிருக்கும் இதுபோன்ற உயிர்களுக்கு, உலகியலான எந்த இன்பங்களும் இல்லை. அப்படி இருப்பதாகக் கூறினாலும் அது போலியானதும், செயற்கையானதுமாகத்தான் இருக்கக்கூடும். கேலிப்பொருளாகவும், போகப்பொருளாகவும் வாழ்க்கை முழுவதையும் வாழ்ந்துவிட்டு, வாழ்ந்த வாழ்க்கையைத் திரும்பிப் பார்த்தால் அவையெல்லாம் அவமானங்களின் சேர்மானமாகத்தான் இருக்கும். அதிகம் மகிழ்ந்திருப்பது போல தன்னைக் காட்டிக்கொள்பவர்கள், தாம் பட்ட அவமானங்களை மறைக்க முயல்கிறார்கள் என்பதே உண்மை. ஆணும், பெண்ணுமாகக் காட்சியளிக்கும் ஈசனை வணங்கும் இந்த மக்கள், இப்படிப்பட்ட மனிதர்களை வெறுத்து ஒதுக்கத்தான் செய்கிறார்கள். ஒரு வேளை கல்லாய்ப் பிறந்தால் மதிப்பார்கள் போல! தன் பழவினைகளைக்

கழிக்க இப்படிப்பிறப்பெடுத்து அல்லோலப்படும் இந்தச் சீவன்களைத் தெய்வங்கள் ஒருகாலும் தண்டிப்பதில்லை, காரணம் இந்தப்பிறப்பே ஒரு தண்டனை தானே!

ஊர் மக்கள் அனைவரையும் இங்கு வந்து கூடச் சொல்லுங்கள் என்று கட்டளையிட்டார் இசையன். மலரும் காசியம்மா ஊருக்குள் பம்பரமாய்ச் சுழன்றார்கள். ஊர் கூடியது. உள்ளூர் நாட்டாமைகள் யாரும் வரவில்லை. அவர்களெல்லாம் வயதானக் காய்ந்தக் கொப்பரைகள். முள்ளுவாங்கி போன்று காலைப் பிளந்துகொண்டு பாயில் கிடந்தார்கள். ஊர்மக்கள் அனைவரும் இசையனுக்கு இருக்கை தந்துவிட்டுத் தரையில் அமர்ந்தார்கள். இசையன் சபையில் அமர்ந்துகொண்டு பழமை பேசும் ஆள் கிடையாது. தெய்வத்தின் சினத்துக்கு ஆளாகி சின்னாபின்னப் பட்டுக்கிடக்கும் ஊருக்கு உபாயம் சொன்னார்.

இந்தியாவில் உள்ள சேர தேசத்தில் அனந்தபுரம் (திருவனந்தபுரம்) நகரைக்கடந்து, அட்டிங்கள் என்ற ஊரில் வாழ்பவர் அணிலன் நம்பூதிரி. அவர் இங்கு வந்தால் மட்டுமே இந்த ஊரைக் காப்பாற்ற முடியுமென்றும், அவரை அழைத்துவரப் பேசாலையிலிருந்து இன்றே ஆட்களை அனுப்பி வைக்கிறேன் என்றும், அதற்கு ஆகும் செலவுகளில் சரிபாதியைத் தானே ஏற்றுக் கொள்வதாகவும், மீதத்தை ஊரின் நிலைமை சரியானதும் அனைவரும் சேர்ந்துத் தந்துவிட வேண்டுமென்றும் சொல்லிவிட்டுக் கிளம்பியவர் 'இதுவும் என் ஊர் போன்றுதான்' என்று சொல்லிவிட்டுப் போனார். அவர் சொல்லில் உள்ள சூச்சுமத்தை ஊர் மக்கள் அறிந்துதான் இருந்தார்கள். ஊரே, பெரியவர் இசையனின் காலில் விழுந்து வணங்கியது. முதலில் விழுந்தது மலரும், காசியம்மாவும்தான். இருவரும் நெடுநேரம் அழுதுகொண்டே நின்றார்கள். ஏதோ ஒரு சிறிய குற்றவுணர்ச்சி.

பேசாலைக்குச் சென்ற இசையன், தன் தோட்டத்தில் வேலை செய்துகொண்டிருந்த பரதன் கரிகாலன் ஆகிய இருவரையும் சேர தேசம் அனுப்பத் தேர்வுசெய்தார். படகோட்டி மாறனை அழைத்து, இருவரையும் கடல் மார்க்கமாக அனந்தபுரம் அழைத்துச்செல்ல வேண்டும்

என்றும், சென்றவர்கள் வரும்வரை காத்திருந்து அழைத்து வரவேண்டும் என்றும், நம்பூதிரி தன் சீடர்களுடன் தன்னுடைய சொந்தப்படகில் வந்துவிடுவார் என்றும் கூறினார். பரதன், கரிகாலன் ஆகியோரிடம் தேவைக்கு அதிகமான உணவுப் பொருட்களையும், அனந்தபுரத்திலிருந்து அட்டிங்கள் செல்ல மாட்டுவண்டி கட்டிச்செல்ல வேண்டியிருந்ததால் அதற்குத் தேவையான செல்வங்களையும், நம்பூதிரிக்குத் தான் எழுதிய மடலையும் கொடுத்தனுப்பினார். மூவரும் புறப்பட்டனர்.

கடல் கொந்தளித்துக் கிடந்தது. கன்னியாகுமரியைக் கடக்க முடியவில்லை, மூவரும் கன்னியாகுமரியில் கரையிறங்கினர். மாறன் அங்கேயே இருந்து கொண்டான். பரதனும், கரிகாலனும் மாட்டுவண்டி கட்டிக் கொண்டு தரைவழியாகப் பயணத்தைத் தொடர்ந்தனர். வண்டிக்காரனுக்குப் பெரும்பொருள் கொடுக்க வேண்டியிருந்தது.

நாகர்கோயில், தக்கலை, களியக்காவிளை, அனந்தபுரம் வழியாக அட்டிங்களுக்குச் சென்று சேர்ந்தார்கள். மடலிலிருந்த செய்தியைப் படித்த நம்பூதிரி கலங்கிப்போனார். 'தன்னால் சில மக்களுக்கு நல்வாழ்க்கை கிட்டுமென்றால் அதுவே, தான் வணங்கும் பகவதிக்குச் செய்யும் தொண்டு' என்று கூறிய நம்பூதிரி, கிளம்புவதற்கு நல்லநேரம் பார்க்க சோழிகளை உருட்டினார். இன்று கடற்பயணம் கைகூடாது. காலையில் கிளம்பலாம் என்று கூறினார். பரதனும், கரிகாலனும் குமரிக்கடலில் இன்ன எல்லையில் நாளை நாங்கள் படகோடு காத்திருப்போம் என்று கூறிவிட்டு கன்னியாகுமரிக்கு வந்து சேர்ந்தார்கள். காலையில் தன் சீடர்களுடன் புறப்பட்டார் நம்பூதிரி. பேசிக்கொண்டது போல அனைவரும் இணைந்து, தலைமன்னாருக்கு வந்து சேர்ந்தார்கள். இசையனுக்குச் செய்தி அனுப்பப்பட்டது. ஊர் மண்ணை மிதித்த நம்பூதிரி சொன்னார் 'சாவினால் சபிக்கப்பட்ட இந்த ஊர், சாவினால்தான் மீளும்.'

கருப்பசாமி கோயிலுக்குள் பூசைகள் தொடங்கியது, இடைவிடாது மந்திரங்கள் ஓதப்பட்டது, முப்பத்தாறு சதுர அடியில் வேள்வித்தீ மூட்டப்பட்டது. நூற்றியோரு

சேவல்கள் நெருப்பில் பொசுங்கின. இருபத்தியோரு ஆடுகள் நெருப்பில் வெட்டியெறியப்பட்டன, நவதானியங்கள் மூட்டை மூட்டையாகக் கொட்டப்பட்டன, குடங்குடமாய் ஊற்றப்பட்ட நெய்யில் குளித்தது நெருப்பு.

நம்பூதிரி தான் கொண்டுவந்திருந்த தேவ வசியமையை வேள்வித்தீயில் ஊற்றியவுடன், கோயிலிலுள்ள மணிகளெல்லாம் குலுங்கிக் குதித்தன. மணலை வாரி இறைத்தது பெருங்காற்று.

ஊர்மக்கள் யாரும் அமர்ந்த இடம்விட்டு அசையவில்லை. உருவேற்றப்பட்டத்தகடுகளும், தாயத்துகளும் மஞ்சளில் நீராடி, குங்குமத்தில் உடல் துடைத்துக் கொண்டது. கருப்பசாமியாக வணங்கப்பட்ட நிலைக்கல் போன்ற ஐந்தரையடித் திருமேனியில் தாயத்துக்களைக் கட்டி, தகடுகளை அறைந்தார்கள். மந்திரக்கட்டுக்குள் முடங்கிப் போனார் கருப்பசாமி. ஊர் அமைதிபெற்றது. ஊர்மக்களின் உருவங்களில் மாற்றம் வரத் துவங்கியது. இனி இந்த இடத்தில் இக்காவல் தெய்வம் இருக்கக்கூடாது. நடுக்கடலில் கொண்டுபோய்ப் போட்டுவிட வேண்டும். உருவம் மாறாதிருந்த இருவர் மட்டுமே இந்த வேலையைச் செய்யவேண்டும் என்றார் நம்பூதிரி.

மலருக்கும், காசியம்மாவுக்கும் மனதுக்குள் மணிய டித்தது. இந்த ஊரில் இருவர் மட்டும்தான் உருவம் மாறாமல் இருந்தோம் என்பது இவருக்கு எப்படித் தெரிந்தது? என்று சிந்தித்தனர். ஊரே மலரையும், காசியம்மாவையும் பார்த்தது. இருவரும் கருப்புசாமியைச் சிதைத்துவிடாமல் பெயர்த்து எடுத்துத் தோளில் தூக்கிக் கொண்டு கடற்கரையை நோக்கிக் கிளம்பினார்கள். தலைமேல் கைதூக்கி வணங்கி கருப்பசாமியை வழியனுப்பியது ஊர். நம்பூதிரிக்குச் செய்யவேண்டிய மரியாதை செய்து, அவரின் பயணத்துக்கு வேண்டிய ஏற்பாடுகளைச் செய்துகொண்டிருந்தார் இசையன். நம்பூதிரி கிளம்புவதற்கு முன்பு இசையனையும், ஊர்மக்களையும் பார்த்துக் கூறினார்.

'தெய்வத்தைக் கடலில் போட்டுவிட்டு வரும் இருவரும் இனி உயிரோடு இருக்கக்கூடாது. இந்த ஊர் மக்களுக்காக

நாங்கள் எங்கள் உயிரைத் தருகிறோம் என்று தெய்வத்திடம் முறையிட்டுவிட்டு, அவர்களாகவேச் செத்து விடவேண்டும். இதில் ஏதேனும் மாற்றம் நிகழ்ந்தால் இன்னும் சில ஆண்டுகளில் தெய்வம் கரைக்கு வந்துவிடும். பிறகு உங்கள் யாரையும், யாராலும் காப்பாற்ற முடியாது.' நம்பூதிரி கூறியதைக் கேட்ட ஊர்மக்கள் ஓ.... என்று ஓலமிட்டார்கள். நம்பூதிரி ஊர்மக்கள் அனைவருக்கும் திருநீர் பூசிவிட்டுக் கிளம்பிப்போனார். ஊர்மக்கள் கலைந்து செல்லாமல் காத்திருந்தார்கள்.

மலரும், காசியம்மாவும் திரும்பிவந்து விட்டார்கள். ஊர் மக்கள் யார் முகத்திலும் ஈயாடவில்லை. மலருக்கு விளங்கிவிட்டது ஏதோ புது வில்லங்கம் வந்துவிட்டது என்று. யாரும் பேசுவதாகத் தெரியவில்லை. இருவரும் அந்த இடத்தைவிட்டுக் கிளம்பினார்கள். இசையன் குறுக்கே பாய்ந்தார். நம்பூதிரி சொன்னவற்றை வரிவிடாமல் சொல்லிமுடித்தார். மலர், காசியம்மாவின் காதில் ஏதோ சொன்னான். இருவரும் குதியாட்டம் போட்டார்கள்.

தாங்கள் சொல்வதையெல்லாம் செய்யவேண்டும் என்று ஊர்மக்களிடம் கேட்டுக் கொண்டார்கள். புளியமரத்தடியில் அனைவரும் கூடினார்கள். இரண்டு நாற்காலிகள் போடப்பட்டது. மலரையும், காசியம்மாவையும் ஊர்ப்பெண்கள் அலங்காரம் செய்து அழைத்து வந்தார்கள். தேவலோகத்து ரம்பையும், ஊர்வசியும் பூலோகத்திற்கு இறங்கி வந்தது போலத் தெரிந்தது. ஊர் ஆண்கள் வாயடைத்துப்போய் நிக்கிறார்கள். ஆளான பெண்ணுக்கு செய்யவேண்டிய சடங்குகள் அனைத்தும் ஒரு குறையுமில்லாமல் நிகழ்ந்தது. இருவரும் அன்று ஒரு பெண்களாகவே பார்க்கப்பட்டார்கள். இருவரும் ஊர்ப் பெரியவர்கள் அனைவரின் காலில் விழுந்து ஆசி பெற்றார்கள். இப்போது சாகப் போகிறவர்களை என்ன சொல்லி வாழ்த்த முடியும்? தலையைமட்டும் தொட்டுக் கொடுத்தார்கள். கண்ணீர்ப் பொங்க இருவரும் ஊரை வணங்கி நின்றனர்.

'எங்களைப் பெண்களாக மதித்துச் சடங்கு செய்த இந்த ஊருக்குக் காவலாக நாங்கள் இருப்போம். மலரம்மா,

காசியம்மா என்று பெயர் சொல்லி எங்களைக் கன்னித் தெய்வங்களாய் வணங்குங்கள். நாடே அழிந்தாலும் இந்த ஊர்மக்களுக்கு எந்தக்கேடும் வராமல் நாங்கள் பார்த்துக் கொள்வோம், வருடம் தவறாமல் திருவிழா எடுக்கவேண்டும்.... எங்களை மறந்துவிடாதீர்கள்....' எனக்கூறி அழுதார்கள்.

மலர், காசியம்மாளிடம் கண் காட்டினாள். இடுப்பில் மறைத்துவைத்திருந்த கூர்மையானக் கத்தியை வைத்துத் தங்கள் குரல்வளையை அறுத்துக் கொண்டு கீழே விழுந்தார்கள். உடல்கள் துடிப்பதைக் கண்டு ஊரே ஒப்பாரி வைத்தது. இருவருக்கும் கோயில் கட்டிக் கும்பிடத் துவங்கியது ஊர்.

கடலுக்குள் கிடந்த கருப்பசாமி வடக்கு நோக்கி உருளத் துவங்கினார். காலங்களும் உருண்டோடின.

மாரிமுத்து, முருகவேலு, ராமலிங்கம் மூவரும் நம்புதாளையைச் சார்ந்த மீனவ நண்பர்கள். முழுத்த இளவட்டங்கள். வயசுப்பயல்களுக்குரிய எந்த ஆர்ப்பாட்டமும் இல்லாதவர்கள். பக்தியும், ஒழுக்கமும் நிறைந்த இம்மூவருக்கும் பெண் கொடுக்க நீ, நான் என்று

போட்டி நடந்தது ஊருக்குள். இருந்தாலும் மூவரும் திருமணத்தில் ஆர்வமற்றவர்களாய் இருந்தார்கள்.

ஒருநாள் மூவரும் எப்போதும் போல மீன்பிடிக்கச் சென்றார்கள். அவர்களின் மீன்வலையில் சிக்கிக் கொண்டார் கருப்பசாமி. மூவராலும் தூக்கமுடியவில்லை. நீருக்குள் வலை மூழ்கியபடியே கரைசேர்ந்தது படகு. பெரியமீனாக இருக்கும் என்று நம்பிக் கொண்டிருந்த மூவருக்கும் ஏமாற்றம்தான் மிச்சம். வலைக்குள் இருந்தது ஐந்தரையடி குத்துக்கல். கரையில் உருட்டிவிட்டுவிட்டு ஏமாற்றத்தோடு வீட்டுக்குச் சென்று விட்டார்கள். இரவில் மூவரும் அன்னம்மாள் சத்திரத்தில்தான் உறங்குவார்கள்.

விடிந்தும், விடியாமலும் குறிசொல்லும் இசக்கியப்பன் சத்திரத்தை நோக்கிப் பதறிப் போய் ஓடிவந்தார். மூவரையும் எழுப்பினார். இசக்கி போட்ட கூச்சலில் சத்திரத்தில் உறங்கிக் கிடந்த அனைவரும் எழுந்துவிட்டனர். மூவரும் பொறுமையாக எழுந்து அமர்ந்துகொண்டு சாவகாசமாய்ச் சொறிந்து கொண்டிருந்தார்கள். 'சிலோனுல இருந்து வந்த நம்ம காவல் தெய்வத்த என்னடா பண்ணுனீங்க?' என்று கண்கள் நிறையக் கண்ணீரோடு கேட்டுக் கொண்டிருந்தார் இசக்கி. என்ன நடந்தது? என்ன வேண்டும்? என்று அருகில் அமர்ந்து பொறுமையாகக் கூறும்படிக் கேட்டுக் கொண்டான் ராமலிங்கம்.

கறுத்த உருவம், பிதுங்கிச் சிவந்த கண்கள், மீசையும், தாடியும், சுருள் சுருளான தலைமுடியும், அகண்ட மார்பும், தாட்டியமான உடல்வாகும், ஒத்தப்பனை உயரமும், கையில் ஐந்தடி அரிவாளும் கொண்டு தன்னுடைய கனவில் தோன்றிய கருப்பசாமி, இடியிடிப்பது போன்ற குரலில், தான் இலங்கை மண்ணிலிருந்து இந்த மண்ணுக்கு வந்திருப்பதாகவும், ஒரு ஓலைப்பெட்டியோடு வந்து, தன் மேலே உள்ள தாயத்து, தகடு, கயிறுகளை அறுத்து, பெட்டியையும், தன்னையும் கொட்டுச்சத்தம், குலவைச்சத்தம் உள்ள இடத்தில் வைக்குமாறு கூறி, தான் இருக்கும் இடம், மாரிமுத்து, முருகவேலு, ராமலிங்கம் என்ற இளைஞர்களுக்குத் தெரியுமென்றும், அவர்கள் கையால் மட்டும்தான் தன்னைத்

தொட்டுத் தூக்கமுடியும் என்றும் மற்றவர்கள் தொட்டால் சாம்பலாகிப் போவார்கள் என்றும், தன்னை வழிபாட்டுக்காக நட்டுவைத்துவிட்டு, அந்த இடத்திலேயே அந்த மூவருக்கும் ஊரே சேர்ந்து திருமணம் செய்துவைக்க வேண்டுமென்றும், அவர்களும் அவர்கள் தலைமுறையும்தான் தனக்குப் பூசைகள் செய்யவேண்டுமென்றும் சொல்லிவிட்டு மறைந்து விட்டதாகக் கூறி முடித்தார் இசக்கி.

'எங்க கொல சாமியத் தூக்கிப் போட்டுட்டு வந்துட்டோமே.' என்று வாயிலும் வயிற்றிலும் அடித்துக்கொண்டு கடற்கரையை நோக்கி ஓடினார்கள் மூவரும். இசக்கி, ஒரு ஓலைப்பெட்டியோடு அவர்கள் பின்னால் ஓடினார். சத்திரத்தில் இருந்த மற்ற ஆண்களும் பின்தொடர்ந்தார்கள். கருப்பசாமிக் கிடந்த இடத்தில் வந்துவிழுந்த மூவரும், அழுதுபுரண்டு கருப்பசாமியிடம் மன்னிப்புக் கேட்டார்கள். கருப்பசாமியைத் தொட்டு வணங்கிவிட்டு, தாயத்து, தகடு, கயிறுகளை அறுத்து வீசினார்கள். நடப்பதைப் பார்த்துக் கொண்டிருந்தார் இசக்கி. அவர் கையிலிருந்த ஓலைப்பெட்டித் தானாகவே

திறந்து மூடியது. பெட்டியைத் தலைமேல் வைத்துக் கொண்டார். கருப்பசாமியைத் தூக்கித் தோளில் வைத்துக் கொண்டு எட்டுப் போட்டு நடந்தார்கள் இளந்தாரிகள். கருப்பசாமி வந்த செய்தி ஊருக்குள் காட்டுத்தீயாய்ப் பரவியது. ஊர் மக்கள் றெக்கைகட்டிப் பறந்தார்கள். ஊர் திருவிழாக்கோலம் பூண்டது. கம்மாக்கரை ஓரமாய் கொண்டுவந்து நடப்பட்டார் கருப்பசாமி ஐயா. ஓலைப்பெட்டி மறைந்துபோனது. ஐயாவுக்கு முன்புறமாக ஒரு குளத்தை வெட்டினார்கள். சில காலங்களுக்குப் பிறகு ஐயாவுக்குக் கூரை வேய்ந்து கொடுத்தார்கள். இப்போது கோயில் கட்டிக் குடிகொண்டுள்ளார் கருப்பசாமி ஐயா.

இங்குள்ள மீனவர்கள், மீன்பாடு விழவில்லையென்றால் ஐயாவிடம் வந்து எண்ணைக்காப்பும், ஐயா தலையில் கட்டப்பட்டிருக்கும் துண்டும் வாங்கிச் செல்வார்கள். எண்ணெயை வலையில் தேய்த்துவிட்டு, படகில் துண்டைக் கட்டிக் கொண்டு கடலுக்குச் சென்றால், மீனால் படகை நிறைத்துக் கொண்டுதான் கரைமீள்வார்கள். ஒரு பொருளைக் காணவில்லை என்று ஐயாவிடம் வந்து முறையிட்டுச் சென்றால், எண்ணி மூன்றாவது நாள் கண்முன்னே வந்துகிடக்கும் பொருள். நம்முடைய பொருள் கிடைத்துவிட்டது என்று பொச்சுக்காப்புப் புடிச்சுத் திரிஞ்சமோ ! மசுரு கூட மிஞ்சாது. வேண்டுதல் பலித்தவுடன் ஐயாவுக்குப் படையல் வைத்துக் கும்பிடவேண்டும்.

அன்று வெள்ளிக்கிழமை. விடியற்காலை ஐந்து மணி இருக்கும். ஐயா காவலுக்குப் போய்விட்டுக் களைத்துப் போய் வந்திருக்கும் நேரம். பாப்பம்மாள் தலைவிரிகோலமாய், ஆங்காரமாய் வந்தாள். கோயிலுக்கு அருகில் வரும்போதே, 'ஏ.... கருப்பசாமி....' என்று ஓலமிட்டு அழுதாள். ஆலமரத்தில் அமர்ந்திருந்தப் பறவைகளெல்லாம் சிறகுகளால் வயிற்றில் அடித்துக் கொண்டு பறந்தன. குளத்திலிருந்து தலையெட்டிப் பார்த்த நீர்ப் பாம்புகளெல்லாம் தண்ணீருக்குள் தலை இழுத்துக் கொண்டன. கருப்பசாமியின் முன் நின்று கொண்டு சூடுபட்ட சிறுபிள்ளையைப்போல் கேவிக்கேவி அழுதாள். உடலெல்லாம் நடுங்கிக் கொண்டிருந்தது

பாப்பம்மாளுக்கு. மூன்றுமுறை கைநிறைய மண்ணள்ளித் தூற்றினாள்.

'நா ஒரு ஆக்கங்கெட்ட அறுதலி முண்ட... என்னால என்ன செய்ய முடியும்? நீதாங் கேக்கனு...'

'எண்ணி எட்டு நாளுல அவன நீ கேக்காம விட்ட!'

'ஒம்போதாவது நாளு, நா இந்த ஆலமரத்துல பொணமாத் தொங்குவே...'

'இது நான் பெத்த புள்ள மேல சத்தியம்.'

என்று சொல்லிக் கதறிவிட்டுத் திரும்பிப் பார்க்காமல் நடந்தாள்.

# பகுதி – 3

**வீ**ட்டுக்குள் நுழைந்த குறிஞ்சிமலர் நடுக்கூடத்தைக் கடந்து, படுக்கையறையில் சட்டையைக் கழற்றிக் கொண்டிருந்த கணவன் முன் சென்று நின்றாள். ஒரு சிறு வெட்கத்தோடு கணவனை நோக்கியவள் தான் கருவுற்றிருக்கும் செய்தியையும், நேற்று தன் அம்மாவுடன் மருத்துவமனைக்குச் சென்று அதனை உறுதிபடுத்திக்கொண்ட செய்தியையும் சொல்லி முடித்தாள். கொற்றவன் ஏதோ சொல்ல வாய்திறந்தான். அதற்கிடையில்,

அடியேய்! ஒனக்கு இப்பதாங் கண்ணு தெரிஞ்சுச்சா?

கல்யாணம் முடிச்ச நாளுல இருந்து பாத்துக்கிட்டுதா இருக்கேன். ஆத்தா வீடே கதின்னு கெடக்குறே?

புருசன் வந்த பெறவு மினிக்கிக்கிட்டு வந்து நிக்கத்தெரிஞ்ச முண்ட க்கி, ஒரு நாளைக்கி முன்னாடி கூட இங்க வந்து இருக்கலான்னு நெனப்பு வரலையோ?

உங்காத்தா வீட்டுலதான் ஓங்குண்டி குத்தவைக்கிமோ?

ஏ...? இந்த வீட்டுல கள்ளியு, கத்தாழையுமா படந்திருக்கோ? இங்க வந்து குத்தவச்சா ஓ... இருப்பெடத்தப் பதம் பாத்துருமோ?

வெறியின் உச்சத்தில் நின்ற தொண்டியம்மாள், கொற்றவனைப் பார்த்துப் பேசத் துவங்கினாள்.

அவள் சொற்களில் அமிலம் தெறித்தது.

அடேய்! ஓம்பொண்டாட்டியப் பாக்கணுமுன்னு சொந்தக்காரங்க எல்லாரும் அப்பப்ப வாராங்க, அப்பவெல்லாம் இவ ஆத்தா வீட்டு வாசலுக்குப் போயி வீட்டுக்கு வந்துட்டுப் போன்னு கூப்புட வேண்டியதா இருக்கு.

இவ திங்கிற தட்டுல நா நரகலையா வெச்சுக் குடுக்குறேன்? இல்ல... என்னையப் பாத்தா இவளுக்கு நரகலு மாரித்தெரியுதா?

இன்னைக்கு ரெண்டுல ஒன்னு பாக்கணும்.

இவ குடும்பத்துக்கு ஆகமாட்டா!

இவ தாலிய அத்துத் தெருவுல தொறத்துடா!

அடேய்! நம்ம சாதியில பதினஞ்சு வயசுல கல்யாணம் பண்ணிக் குடுத்துடுவோம்,

இவ படிக்கிறேன் படிக்கிறேன்னு இருவத்திநாலு வயசு வர ஈறு குத்திக்கிட்டு இருந்தா...

பாவப்பட்டு, இரக்கப்பட்டு இவள இந்த ஊட்டுக்கு மருமொவளாக்குனே...

தட்டுவாணி முண்டக்கி என்னா எகத்தாளம் பாத்தியா?

மூச்சிரைக்க, வேர்த்து நனைந்துபோய், இதற்கு மேல் கத்தினால் குரல்வளை கிழிந்துவிடும் என்ற நிலையில் நின்று கொண்டிருந்த தன் மாமியாரைப் பார்த்த குறிஞ்சிமலருக்கு, அடுத்து என்ன நடக்கப் போகிறது என்பதை கணிக்க முடியவில்லை. அடித்தாலும் வாங்கிக் கொள்வோம், வாய்திறந்து எதையாவது பேசிவிட வேண்டாம் என்று நினைத்துக் கொண்டாள். அவளுக்குப் பெரும் சிந்தனைகள் ஓடத் துவங்கியது.

தன் கணவன் இச்சூழலை எப்படி எதிர்கொள்வான்?

பெற்ற தாய் சொல்வதைக் கேட்டு என்னை விரட்டி விட்டுவிட்டால்?

எதாவது நிகழக் கூடாதது நிகழ்ந்துவிட்டால் என் பெற்றோர்களின் மனநிலை?

மனக்குழப்பம் நிறைந்துபோன குறிஞ்சிமலர் குருட்டுக் கோழியைப் போல் நிலைகுத்தி நின்றிருந்தாள்.

கரைபுரண்டு ஓடும் காட்டாற்று வெள்ளமாய் உருண்டோடிய சொற்களில் சித்தபிரமை பிடித்தவனாய் நின்றிருந்த கொற்றவன், தன் சொற்களால் தடுப்பணை போட்டுவிடலாம் என்ற நம்பிக்கையில் தாயிடம் பேசத் துவங்கினான்.

அம்மா! ஏ... இப்புடிக் கத்துறே?

அவ மாசமா இருக்குறா, இப்பதான் சொன்னா.

வாயும் வயிறுமா வந்து நிக்கிறவள இப்புடியா பேசுவே?

'பெறகு பேசிக்கிடலாம் விடு' என்று பொறுமையாய்ச் சொன்னான் கொற்றவன்.

பேசுவதற்கு இன்னும் பல செய்திகள் கிடைத்துவிட்டன தொண்டியம்மாளுக்கு. சிவகாசி சரவெடியாய் வெடிக்கத் துவங்கினாள்.

ஆமாண்டா ஆமா...

இப்போ நா பேசுறது எல்லாங் கத்துற மாரித்தான் தெரியும் ஒனக்கு.

பொண்டாட்டி சொகம் புடிச்சு போச்சு அப்புடித்தான பேசுவே.

சற்றும் நா கூசாமல் மீண்டும் தொடர்ந்தாள்.

ஓஹோ... புழுக்க முண்ட புள்ளப்பெறப் போறாகளோ?

அதான் மாப்புளையக் கண்டதும் மல்லார வந்துட்டா!

அப்பே வீடே கதின்னு கெடந்தாலே... அப்பன்டையும், அண்ணந்தம்பிட்டையும் புள்ள வாங்கிருப்பா...

ஆக்கங்கெட்ட அவ்சாரி முண்ட...

தறிகெட்டு வந்துவிழுந்த சொற்களைக் கேட்டதும், ஈயத்தைக் காய்ச்சிக் காதுகளுக்குள் ஊற்றியது போல் இருந்தது கொற்றவனுக்கு. முப்புரமெரித்த நெருப்பாய் தகித்தெழுந்தான் கொற்றவன்.

சீ... நீயெல்லாம் ஒரு பொம்பளையா?

ஒரு குடும்பத்துப் பொம்பள பேசுற வார்த்தையா இது?

வாயப்பேணிக்க, இல்ல நான் மனுசனாவே இருக்க மாட்டேன்.

தெய்வத்துக்கே அடுக்காது நீ பேசுறது, சீ... தூ... என்றுக் காரித் துப்பியவன், அதே வேகத்தில் முற்றத்தில் இருந்த தொட்டியில் நிறைந்திருந்தத் தண்ணீரை அள்ளித் தலையில் ஊற்றினான்.

முற்றத்தின் ஓரத்தில் சுவரின் மறைவில் வந்து நின்ற குறிஞ்சிமலர் பேசாதீங்க! பேசாதீங்க! என்று அழுதுகொண்டே மெல்லிய குரலில் கணவனிடம் சொல்லிக் கொண்டே இருந்தாள்.

அடுப்படிக்குள் நுழைந்த தொண்டியம்மாளின் நெஞ்சில் கொதித்தது உலை.

ஆறாச்சினம் கொண்ட அணங்கு போல் துடித்துத் துள்ளியது சொற்கள்.

அடேய்! நீ கழிச்சல்ல போவ...

கொல்லையில போவ...

பேதி, பெரியம்ம கண்டு நாசமாப் போவ...

பெத்த தாயப் பாத்து சீ... தூ... ன்னு பேசுறியே? ஓ... நாக்கழுகி நாதியத்துப் போவ...

ஆமா... நா நாசமாப்போயி, நாக்கப்புடுங்கிக்கிட்டு சாகுறே...

நீ நல்லா இரு, இப்புடிப் பேசிப் பேசி இன்னும் யார் யார் குடியக் கெடுக்கப் போறியோ? நீ நல்லா இரு.

அடேய்! என்னோட வயித்தெரிச்சல வாங்கிக் குவிச்சுக்காதடா, தெறிச்சுப் போயிடுவ நீ.

இவளுக்கு வக்காலத்து வாக்கிக்கிட்டு என்னைய இப்புடிப் பேசுறியே? இவ நல்லவன்னு நெனக்கிறியோ?

வேசமுண்ட ஊமை வேசம் போடுறா. இவ என்னைய என்னனென்ன கேள்வி கேட்டா தெரியுமா? நீ ஒருநா

போன் பேசலன்னா ஓங்கமகே பேசவே மாட்டேங்குறாரு இதுக்குத்தான் கல்யாணம் பண்ணி வச்சியலோன்னு கொனட்டுரா...

அரிப்பெடுத்தத் தேவுடியா முண்ட அப்பன் புள்ள வாங்கிட்டு வந்துட்டா!

நெஞ்சாங்குலையை அத்துத் தூக்கும் பாதாளக் கரண்டி போன்ற சொற்கள் கொத்துக்கொத்தாக வந்து விழுந்துகொண்டிருந்தது. எத்தனை நாள் மனக் கொதிப்போ தெரியவில்லை, சுடுசொற்களை வாரித் தூற்றிக் கொண்டிருந்தாள்.

மிதிபட்டக் கருநாகமாய் சீறியெழுந்தான் கொற்றவன். நீர் அள்ளிக் குளித்துக் கொண்டிருந்த குவளையை ஓங்கி எறிந்தான் சுவற்றின் மீது. அது சுக்குச்சுக்காய் சிதறி விழுந்தது அவன் மனதைப் போல.

நீ ஒரு பொம்புளப் புள்ளையப் பெத்து வச்சிருக்குறே, அத மறந்துட்டுப் பேசாத.

அப்பங்கிட்ட புள்ளவாங்கிட்டு வந்துட்டான்னு சொல்லுறியே? உனக்கும் அக்கா, தங்கச்சி, அண்னே அத்தனை பேரும் இருக்காக, அவுங்க புள்ளைகளெல்லாம் கல்யாணம்பண்ணி புள்ளபெத்தாகளே அவுகளையெல்லாம் இப்புடி நாக்குமேலப் பல்லப்போட்டு பேசுனா நீ ஒத்துக்குவியா?

அடேய்! தட்டுவாணிப் பயலே, ஏங் குடும்பத்தப்பத்தி பேசுனே பல்லத்தட்டிக் கையில கொடுத்துடுவே...

ஏ... ஓங்குடும்பத்துல உள்ளவுகதான் அவுரியத்துக்குப் புள்ளப் பெத்தியலா? அடுத்தவன் புள்ளன்னா என்ன வேணுமுனாலும் பேசலாமோ?

தலையைத் துவட்டிக் கொண்டே பேசினான் கொற்றவன். அண்ணன் சாமிக்கண்ணு வீட்டிற்குள் நுழைந்தான். இருவரின் பேச்சையும், இருவரின் முகங்கள் கொண்டிருக்கும் உக்கிரத்தையும், களிமண்ணில் பிடித்து

வைத்த எலிகள் போல மூன்று சீவன்கள் உறைந்து நிற்பதையும் பார்த்தவனுக்கு, போர்க்களத்தில் அமலையாட்டம் தொடங்கிவிட்டது என்பது விளங்கிப்போனது.

டேய்! நீ போய் உடுப்ப மாத்துடா! என்று அறைக்குள் பத்திவிட்டான்.

அம்மா நீ ஏம்மா கத்திக்கிட்டு இருக்குறே? பிறகு பேசலாம் போய் சமையலப்பாரு என்று அடுப்படிக்குப் பத்திவிட்டான்.

தொண்டியம்மாள் மூத்தவனிடம் ஒருபாடு சொல்லி முடித்தாள். அவள் பேசும்பேச்சில் உள்ள வக்கிரத்தை உணர்ந்த சாமிக்கண்ணுக்கு இன்னவிதம் என்று சொல்ல முடியாத அளவுக்குக் கோபம் வந்தது.

ஏம்மா... இப்புடிப் பேசிப் பேசித்தான் என்னோட வாழ்க்கைய குட்டிச்சொவரா ஆக்கிட்ட! இப்ப அவன் வாழ்க்கையும் நாசமாக்கலாம்முனு நெனக்கிறியோ? நா பேசாம இருக்கிறேன்னு நினைக்காத! நா பேசுனா நல்ல இருக்காது.

அடேய்! ரெண்டுபேரும் கழிச்சல்ல போவிங்கடா!

அண்ணனும், தம்பியும் சேந்துக்கிட்டு கைம்பொண்டாட்டியா இருக்குற பெத்தத் தாயப் பாத்து என்னென்ன பேசமுடியுமோ பேசுறீங்களேடா!

இந்த... இந்த மேனாமினுக்கி இந்த வீட்டுக்குள்ள காலெடுத்து வச்சா... இந்தக்குடும்பமே அல்லர சில்லறையா செதறிப்போச்சு.

கொற்றவன் அறையை விட்டு வெளியே வந்தான். குறிஞ்சிமலரின் கையைப்பிடித்து அறைக்குள் தள்ளித் தாழிட்டான்.

'நீ இனிமே இந்த வீட்டுல ஒரு சொட்டுத் தண்ணிகூடக் குடிக்கக்கூடாது. நா பெறகு வந்து கூட்டிக்கிட்டுப் போவேன்.' என்று கூறிவிட்டு அண்ணனுடன் வீட்டைவிட்டு வெளியே போகப் போனான்.

அடேய்! இந்த முடிச்சவிக்கி முண்டைய நம்பி இந்த வீட்டை விட்டு நீ வெளிய போனே... நீ உருப்படவே மாட்ட.

நடுரோட்டுல நின்னு சோத்துக்கு சிங்கியடிப்பே... நல்ல சாவே வராதுடா ஒனக்கு!

தூ... நான் சொல்லுறே கேட்டுக்க, இதே வீட்டுல நீ செத்துக்கிடப்பே, ஊரே கூடி ஒனக்காக அழுவுனாலும் நா அழுவமாட்டேன், ஒம் பொணத்தக் கூடப் பாக்கமாட்டேன். பஞ்சாயத்தக் கூட்டி இனிமேல உனக்கு எனக்கு எந்த ஒட்டு ஒறவுமில்லன்னு பைசல் பண்ணிட்டுத் தான் போவேன். என்று கூறிவிட்டு அண்ணனுடன் வெளியேறினான்.

வெளியே செல்வதற்குள் அவன் காதில் விழவேண்டும் என்று மடமடவெனக் கத்தத் துவங்கினாள்.

அடத் தரங்கெட்டத் தட்டுவாணிப்பயலே!

போடா போ... நீ என்னடா என்னையப் பாக்குறது?

குப்பலாரியில அடிபட்டு சொறிநாய்மாரி நீ செத்துக் கெடப்படா... அப்போ நா வந்து பாக்குறேன்டா!

பஞ்சாயத்தக் கூட்டப்போறானாம்... போடா... எடுபட்டத் தெருப்பொறுக்கி நாயே...

ஒரு நா இல்லாட்டி ஒரு நா... இந்தத் தேவுடியா முண்டையோட பொவுசி தெரிஞ்சு எங் கால்ல வந்து விழுறியா இல்லையான்னு பாப்போம்...

எங் கவட்டுக்குள்ள இருந்து உருவிப் போட்டக் குட்டி... என்னயே இம்பூட்டுக் கேள்வி கேக்குது...

வாரிக்குவித்து வசைபாடி ஓய்ந்தாள் தொண்டியம்மா. தாய்க்கும் மகனுக்கும் இப்படியொரு பேச்சு வார்த்தை நடந்தது என்று சொன்னால், ஊர் உலகத்தில் ஒரு காக்காக் குருவிகூட நம்பாது. தொண்டியம்மாளுக்குத் திருவிழாவில் கட்டும் ஸ்பீக்கர் போன்ற தொண்டை. இவள் கத்திய கத்து கிழக்குத்தெரு மட்டுமில்லாமல் தொலைவிலிருந்த குறத்தி முடுக்கு வரைக் கேட்டுவிட்டது. மலத்தேர சாந்தி, அடமழ காளியம்மா, சப்பாணி கோவிந்தம்மா, வாப்பட்டி

பஞ்சவர்ணம் எல்லோரும் ஒன்றாகக் கூடி, நடந்த கச்சேரிகளைக் கேட்டுக் கொண்டுதான் இருந்தார்கள். ஊர் முழுக்க தண்டோராப் போட்டுச் சொல்ல வேண்டும் என்ற தேவையில்லை. இந்த நான்கு பேரும் போதுமானவர்கள்.

அண்ணன் தம்பி இருவரும், தன் குரல் எட்டாத தொலைவு போயிருப்பார்கள் என்று தெரிந்துகொண்டு பேச்சை நிறுத்தியவளுக்குத் திணறும் மூச்சையும், சிதறும் சினத்தையும் நிறுத்திக்கொள்ள முடியவில்லை.

விறுவிறுவென எட்டுவைத்துக் கதவைத் தாழிட்டுவிட்டு, சேலையையும் பாவாடையையும் சேர்த்தாற்போல் இரு கைகளால் பிடித்து முட்டிக்கால் வரைத் தூக்கினாள். ஓட்டம் என்றும் சொல்ல முடியாது, நடை என்றும் சொல்ல முடியாது, அப்படிப்பட்ட வேகத்தில் சென்று, குறிஞ்சிமலர் அடைக்கப்பட்டிருந்த அறையின் கதவை ஓங்கி 'டமார்...' என மிதித்தாள்.

பயம் தெருவில் உள்ளோரையும் சேர்த்துப் பற்றிக் கொண்டது.

## பகுதி – 4

**க**ருப்பசாமி கோயிலில் மண்ணள்ளித் தூற்றிவிட்டு வீட்டுக்கு வந்துசேர்ந்த பாப்பம்மாள், ஒரு கிறுக்கச்சியைப் போல அழுவதும், புலம்புவதுமாக இருந்தாள். மூன்று நாட்களாக அடைத்த கதவைத் திறக்கவில்லை. அடைகாக்கும் பெட்டைக் கோழியாய் வீட்டுக்குள்ளேயே முடங்கிக் கிடந்தாள். பாப்பம்மாளுக்கு இப்போது வயது முப்பத்தைந்து. தன் வாழ்நாளில் ஒருநாளும் இப்படிப் படுக்கையே கதி என்று கிடந்தவள் இல்லை. இப்போது அவள் மனதும், உடலும் சிதைந்துபோய்க் கிடந்தது.

கோட்டைப்பட்டினம் வெற்றிவேல் வன்னியரின் மூன்றாவது மகள் பாப்பம்மாள். வீட்டுக்குச் செல்லப்பிள்ளை. வெற்றிவேல் உள்ளூர் மார்க்கெட்டில் மீன் வியாபாரம் செய்துகொண்டிருந்தார். அவர் ஊருக்குள் புகழ்மிக்கவர், நேர்மையானவர். பெரும்பாலும் பணக்காரன் நேர்மையாக இருப்பதில்லை. நேர்மையாக இருப்பவன் பணக்காரனாக இருப்பதில்லை. இதில் வெற்றிவேல் இரண்டாவது ரகம். அவருடைய மனைவி, மூன்றாவது மகள் ஏழுவயதில் இருந்தபோது ஜன்னி வந்து இறந்துபோனாள். தட்டுத்தடுமாறி இரண்டு பெண்களைக் கரைசேர்த்துவிட்டார். மூன்றாவது பெண்ணானப் பாப்பம்மாளுக்கு மாப்பிள்ளை தேடித்தான் வலை வீசிக்கொண்டிருந்தார்.

வெற்றிவேல் இனிமையாகப் பேசக்கூடியவர். மீன் வாங்க வருபவர்களிடம் பரிவாகப் பேசுவார். பெரும்பாலும் தெரிந்த முகங்கள்தான் வரும். அவர்கள் குடும்பத்தின்

நிலவரத்தை முழுமையாகக் கேட்டு அறிந்துகொள்வார். ஊரில் ஒரு நல்லது கெட்டது என்றால் முதல் ஆளாய் நிற்பார். அநியாய லாபத்துக்கு மீன் விற்று சம்பாதிக்க வேண்டும் என்று ஒருநாளும் அவர் நினைத்ததில்லை. முதலுக்கு மோசம் வந்துவிடாமலும், யாரிடமும் இல்லையென்று நின்றுவிடாத அளவுக்கும் தன் வியாபாரத்தை நடத்திவந்தார். திறமையாகப் பேசி வியாபாரம் செய்பவர்களைப் பார்த்து 'உங்கிட்ட தொண்டிக்காரன் தங்கதுரை தோத்துப் போவான்' என்று மார்க்கெட்டுக்கு வருபவர்கள் சொல்லிக் கொள்வதை அடிக்கடி கேட்டிருக்கிறார் வெற்றிவேல்.

வெற்றிவேலுக்கு தொண்டியில் ஒரு அக்கா இருந்தாள். அவள் பெயர் கனகவள்ளி. அவளுடைய நான்காவது மகன் சங்கரன் திருமணத்துக்குப் பாப்பம்மாளுடன் தொண்டிக்கு வந்திருந்தார் வெற்றிவேல். சங்கரனுக்கு பாப்பம்மாளைக் கட்டிவைக்கவேண்டும் என்று அக்கா கனகவள்ளிக்கு ஆசை. ஆனால் ஜாதகத்தில் பொருத்தம் இல்லை. பல இடங்களுக்கும் சென்று ஜாதகத்தைக் காட்டினர். எல்லோரும் ஒரே மாதிரித்தான் சொன்னார்கள். அத்தோடு அந்தத் திருமணப்பேச்சு முடிந்துபோனது. சங்கரனுக்கு வேறு ஒரு பெண்ணோடு திருமணம் முடிந்தது. திருமணம் முடிந்த பிறகும், மூன்றுநாள் அக்காவீட்டிலேயே தங்கியிருந்தார் வெற்றிவேல். தான் அடிக்கடி கேள்விப்பட்ட தங்கதுரையின் நினைவுவந்தது. அவனை ஒருமுறை பார்த்து வரலாம் என்ற எண்ணத்தில் மீன் மார்கெட்டுக்குப் புறப்பட்டார்.

தங்கதுரையைக் கண்டுபிடிப்பது ஒன்றும் கடினமான செயலாக இருக்கவில்லை. மார்க்கெட்டே குலுங்கும் அளவுக்குக் கூவிக்கூவி மீன் விற்றுக்கொண்டிருந்தான் தங்கதுரை. மார்க்கெட்டில் உள்ளே மொத்தக் கூட்டத்தில் சரிபாதி, அவன் கடையைச் சுற்றியே நின்றுகொண்டிருந்தது. எவ்வளவு நேரமானாலும் நின்று அவனைப் பார்த்துவிட்டுத்தான் போகவேண்டும் என்ற முடிவில் நின்றவருக்கு, அவனைப் பார்த்தவுடன் ஆச்சரியம் தாங்கமுடியவில்லை. காரணம் தங்கதுரை என்பவன் நாற்பத்தைந்து, ஐம்பது வயது மதிக்கத்தக்கவனாக

இருப்பான் என்பது அவருடைய மனக்கணக்காக இருந்தது. ஆனால் தங்கதுரை இருபத்தைந்திலிருந்து இருபத்தெட்டு வயது மதிக்கத்தக்க இளைஞனாக இருந்தான்.

திறமைக்கும், வயதுக்கும் எந்தத் தொடர்பும் இருப்பதில்லை. பழமை என்னும் மாயச்சேற்றில் ஊறிப்போன குருட்டுமனம் கொண்டவர்கள்தான் அப்படிப்பட்ட எண்ணக் கட்டுமானத்தைக் கட்டமைத்து வைத்திருக்கிறார்கள். அனுபவச் சேர்மானம்தான் ஒருவனது திறமையாக வெளிப்படுமென்றால், உலகத்திலுள்ள மூட்டு செத்தக் கிழடுகளெல்லாம் மாபெரும் திறமையாளர்களாக அல்லவா இருந்திருக்க வேண்டும்! அவனவன் சார்ந்திருக்கும் அல்லது அவனவனுக்குப் பிடித்திருக்கும் துறை சார்ந்த நுண்ணறிவுதான் அவனைத் திறமையாளனாகச் செதுக்குகின்றது. அப்படி, வாழ்க்கைப் போராட்டத்தில் வியாபார நுணுக்கத்தால் தன்னைச் செதுக்கிக்கொண்டக் கெட்டிக்காரன்தான் தங்கதுரை.

தங்கதுரை, மாநிறம் கொண்ட துறுதுறுப்பான, வாட்டசாட்டமான இளைஞன். வேட்டியைத் தூக்கிக் கச்சைகட்டிக்கொண்டு, உள்ளே போட்டிருக்கும் பட்டாப்பட்டி தெரியும்படி அமர்ந்து வியாபாரம் செய்துகொண்டிருந்த தங்கதுரையைக் கண்களால் அளந்தார் வெற்றிவேல். துப்பரவுப் பார்க்கமுடியாத ஒரு தொழிலைச் செய்யும் போதும், அவன் உடுப்பு மிகத்தூய்மையாகத் தெரிந்தது. சாமர்த்தியசாலிதான் என்று மனதுக்குள் பாராட்டிக் கொண்டார். அவனதுத் தலைமுடி மிக நேர்த்தியாக வெட்டப்பட்டிருந்தது. அடர்ந்திருந்த புருவங்கள் ஒன்றோடு ஒன்று இணைந்திருந்தது. நெற்றியில் சிறிதாய் நீளவாக்கில் திருநீறு வைத்திருந்தான். உதடுகள் சற்றே கறுத்துக் கிடந்தது. செய்யது பீடி செய்த வேலை என்று மனதுக்குள் சிரித்துக் கொண்டார் வெற்றிவேல். கழுத்தில் ஒட்டிக்கிடந்தது சன்னமான ஒரு தங்கச்சங்கிலி. சட்டையின் மேல் பொத்தான்கள் இரண்டு திறந்துகிடந்தது. இறுகித்திரண்டு விரிந்துகிடந்த மார்பும், அதில் சுருண்டுகிடந்த ரோமங்களும், அவன் உழைப்பையும் இளமையையும்

அழகையும் படம்போட்டுக் காட்டின. அவன் நடையைப் பார்க்கவேண்டும் என்று நினைத்தார்.

மதியச் சாப்பாட்டுக்குப் புறப்படும் நேரத்தோடு தன் வியாபாரத்தை முடித்துக்கொள்வான் தங்கதுரை. பிறகு தொண்டியிலேயே ஓர் ஓட்டலில் சாப்பிட்டுவிட்டு, குடங்களை எடுத்துக்கொண்டு, தான் வைத்திருக்கும் மூன்று சக்கர மீன்பாடி வண்டியில் நல்ல தண்ணீர்க் குளத்தில் தண்ணீர் அள்ளிவந்து, ஊரிலுள்ள பல கடைகளுக்கு நீரூற்றுவான். அதில் ஒரு சிறிய வருமானம் கிடைக்கும்.

தங்கதுரை வியாபாரத்தை முடித்துவிட்டு, சாக்குகளையும், மீன் கூடைகளையும் வெயிலில் காயப் போட்டுவிட்டு ஓட்டலை நோக்கி நடந்தான். மிடுக்கான நடை. எதிரே வந்த பெரியவர்களிடம் பணிந்து மரியாதையுடன் பேசினான். அவன் பின்னேயே நடந்து போய்க் கொண்டிருந்த வெற்றிவேல் அவனை நோக்கி 'தம்பி...' என்று உரக்கக் கூப்பிட்டார்.

தான் கோட்டைபட்டினத்தைச் சார்ந்த மீன் வியாபாரி என்றும், தன் பெயர் வெற்றிவேல் என்றும், நேற்று இங்கு நிகழ்ந்த தன் அக்கா மகனின் திருமணத்துக்கு வந்ததாகவும் தன்னை அறிமுகம் செய்துகொண்டார். இருவரும் பேசிக்கொண்டே நடந்தார்கள். நீண்டநேரப் பேச்சுக்குப் பிறகு, நேற்று திருமணமான சங்கரனும், இந்தத் தங்கதுரையும் தொண்டி அரசுப்பள்ளியில் ஒன்றாகப் படித்த நண்பர்கள் என்றும், நேற்றைய திருமணத்தில் தங்கதுரையும் கலந்துகொண்டான் என்பதையும் அறிந்துகொண்டார் வெற்றிவேல். இதனை வாய்ப்பாகப் பயன்படுத்திக்கொண்ட வெற்றிவேல், தன் அக்கா வீட்டிற்குச் சாப்பிடவருமாறு அழைத்துச் சென்றுவிட்டார். தங்கதுரை மறுப்பேதும் தெரிவிக்கவில்லை. காரணம் சங்கரன் வீட்டில் எத்தனையோ நாட்கள் உணவு உண்டிருக்கிறான் தங்கதுரை. சங்கரன் அம்மா கனகவள்ளிக்குத் தங்கதுரையின் மீது மிகுந்த அன்பு.

தன் தம்பி, தங்கதுரையைச் சாப்பிட அழைத்துவந்ததில் மகிழ்ச்சியடைந்தாள் கனகவள்ளி. அனைவரும் உணவு

உண்டு முடித்தார்கள். சங்கரனும் தங்கதுரையும் வீட்டுத் திண்ணையில் அமர்ந்து பேசிக் கொண்டிருந்தார்கள். வெற்றிவேல் தன் அக்காவிடம் தங்கதுரையைப் பற்றி விசாரித்தார்.

தங்கதுரை நன்றாகப் படிப்பவன். அவன் பத்தாவது படிக்கும்போது அவன் பெற்றோர்கள் பேருந்து விபத்தில் இறந்துபோனார்கள். அன்றிலிருந்து தன் தந்தை பார்த்தத் தொழிலைத் தங்கதுரை பார்த்துக் கொண்டிருக்கிறான். கடின உழைப்பாளி. நம்புதாளைக்கும், சோளியாக்குடிக்கும் இடையில் ஓர் இடத்தை வாங்கி வீடுகட்டியுள்ளான். வங்கிக்கணக்கில் நிறையப் பணம் வைத்துள்ளான். வருங்கால மனைவிக்கு நகை செய்து வைத்துள்ளான். கலுசடைப் பயல்களுடன் சேர்ந்து ஊர் சுற்றும் பழக்கமோ, குடிப்பழக்கமோ இல்லாதவன். அவன் அப்பனைப்போல அவ்வப்போது செய்யது பீடியை மட்டும் இழுத்துக் கொள்வான். என்னதான் உழைத்து ஓடாய்த் தேய்ந்தாலும் வீட்டுக்குப் போனதும் ஒரு குவளைத் தண்ணீர் கொடுக்க ஆளில்லாமல் போன அனாதைப் பையன். தாய் தந்தை சேர்த்துவைத்த மரியாதையை எள்ளளவும் கெடுத்துவிடாமல் வாழ்ந்துகொண்டிருக்கிறான். இந்த வயதில் இப்படிக் கட்டுப்பாடோடு இருப்பது ஆச்சரியம். இவ்வாறாகத் தங்கதுரையைப் பற்றிக் கூறினாள் கனகவள்ளி.

*'அட! தம்பி, நீ எங்கூடப்பொறந்த பொறப்பு, ஒன்னட்ட மட்டுஞ் சொல்லுறேன். மனசோட வச்சுக்க.'*

*'இந்தா புதுமாப்புளையா நிக்கிறானே எம்பையன், இவே மதுரையில உத்தியோகம் பாக்குறான், படிச்சவன், நாகரீகமானவன்னுதானே உனக்குத் தெரியு...'*

*'இவுக யோக்கியத தெரிஞ்சுதான் ஊருல ஒருத்தரும் பொண்ணு தரல.'*

*'சக்கிலியக் குடியிருப்புல இருக்கிறாளே கரகாட்டக்காரி பச்சைக்கிளி, அவ கவட்டுக்குள்ளதான் ஒலகமிருக்குன்னு, அவ பாவாடையப் புடிச்சிக்கிட்டு சுத்திக்கிட்டு இருந்தான் இந்தப் பரதேசிப்பய!'*

'நா ஒரு இத்துப்போன முண்ட, நம்ம மேல புள்ளைக்கு எம்புட்டுப் பாசம்! ஞாயித்துக் கெழமையானா நம்ம கையால சாப்புடுறதுக்குத்தான் புள்ள ஓடிவருதுன்னு நெனச்சுக்கிட்டு கோழியடிக்கிறது, ஆட்டுக்கறி வாங்கிச் சமைக்கிறது, ஆட்டுக்கால வாங்கி சூப்பு வக்கிறது, பால்சுறாவுல கொழம்பு வச்சு வஞ்சுரத்த வறுத்து வக்கிறது, ஓட்டப்பள்ளு பாய்கடைக்குப் போயி, மாசிக்கருவாடு வாங்கியாந்து, தேங்காப்பூவும், சின்னவெங்காயமும் போட்டுப் பெசஞ்சி குடுக்குறது, இறாலு, நண்டு, கணவா, காட, கௌதாரி, வாத்துன்னு வகைவகையா செஞ்சு போட்டுக்கிட்டு கெடந்தேன்.'

'இவன் என்னடான்னா, அந்த பலபட்டற மடியில கெடந்திருக்கான். எனக்கு இந்த வெவரம் ஒன்னுந்தெரியாது.'

'பாக்குற பொண்ணு எல்லாந் தட்டித்தட்டிப் போகுது. பொறவுதான் இந்தப் பொசகெட்டப்பய பண்ணுன போக்கிரித்தனந் தெரியவந்துச்சு.'

'அலஞ்சுதிரிஞ்சி அருப்புக்கோட்டைல போய் பொண்ணுபேசிக்கிட்டு வந்தாரு என் ஊட்டுக்காரரு. பாவம் அந்த மனுசன்... இவந்தாலி கட்டுறதுக்குள்ள எந்தாலி அந்துரும்முன்னுதான் நான் நெனச்சேன். நா வணங்குற அந்த பாகம்பிரியாதான் என்குடும்பத்தக் காவுந்து பண்ணித்தந்தா.'

என்று கூறிய கனகவள்ளி, மேற்குநோக்கித் திரும்பி, கைகளைத் தலைக்குமேல் உயர்த்தி வணங்கினாள். திரும்பிக் கண்களைத் துடைத்துக்கொண்டு வெற்றிவேலிடம் பேசினாள்.

'தம்பி, அக்கா எதுக்கு இதையெல்லா! சொல்லுதுன்னு நெனைக்கிறியா?'

'இந்தக்காலத்துல மொளச்சு மூணு எல விடாத பொண்டு பொடுசு எல்லாந் தெனவெடுத்துத் திரியுதுக...'

'ஆனா... இந்தத் தாய் தகப்பனில்லாத பய, எப்புடி ஒழுக்கமா வாழுறாம்பாரு.'

'நா மட்டும் ஒரு பொட்டப்புள்ளையப் பெத்திருந்தே, தங்கதொரைய எம் மருமொவனாக்கிருப்பேன்.'

'அவன் மூத்தரத்த வாங்கிக் குடிக்கச் சொல்லணும், இந்தச் சங்கரன் பயலுட்ட.' என்று சொல்லி முடித்தாள் கனகவள்ளி. அவள் பேச்சை நிறுத்திய அந்த நேரத்தைத் தனதாக்கிக்கொண்டு பேச்சைத் தொடங்கினார் வெற்றிவேல்.

'அக்கா... இந்தப் பையன நம்ம பாப்பம்மாளுக்கு கல்யாணம் பண்ணி வக்கெலாமா?' என்று கேட்டார். கனகவள்ளி தன் தம்பியை நெஞ்சோடு அணைத்துக் கொண்டாள். அவள் கண்களில் பெருக்கெடுத்து ஓடியது தாய்மை. தம்பி கேட்ட கேள்விக்குச் சொற்களால் விடை சொல்லாமல், செயலால் விடை சொன்னாள் கனகவள்ளி.

பூசையறையில் இருந்த பணத்தை எடுத்து ரவிக்கைக்குள் திணித்தாள். தம்பியை அழைத்துக் கொண்டு தெருவிற்கு வந்தாள். தங்கதுரையை வீட்டுக்குள் இருக்கச் சொன்னாள். சங்கரனை அழைத்துப் பல வேலைகள் சொன்னாள். சுற்றியிருந்த வீட்டுக்கதவுகளைத் தட்டினாள். வெளியேவந்த பெண்களிடம் அவதிஅவதியாய் என்னென்னவோ சொல்லிவிட்டு, தம்பியுடன் கடைத்தெருவிற்குப் போனாள். அக்காவிடம் எதற்கு? என்ன? என்று கேள்விகேட்டுப் பழக்கமே இல்லை வெற்றிவேலுக்கு. அவள் என்ன செய்தாலும் சரியாக இருக்கும். இருவரும் வீடு திரும்ப ஒருமணிநேரம் ஆகிவிட்டது. வீட்டில் கூட்டமான கூட்டம். முற்றத்தில் பாய்போட்டு ஊர் பெரியவர்கள் அமர்ந்திருந்தார்கள். பட்டு வேட்டியும் பட்டுச்சட்டையும் அணிந்து ஆணழகனாய் அமர்ந்திருந்தான் தங்கதுரை. அக்காவும் தம்பியும் வாங்கிவந்த பூ, பழங்கள், வெற்றிலை, பாக்கு, தேங்காய், சேலை, சட்டை, வேட்டிகளைத் தாம்பூலத் தட்டில் வைத்துக் கொண்டு எதிரெதிரே அமர்ந்தார்கள். உள்ளூர் ஜோசியர் ஜாதகம் பார்த்தார்.

தங்கதுரையின் ஜாதகம் கனகவள்ளி வீட்டில்தான் இருந்தது. அவள் தங்கதுரைக்குப் பெண் தேடிக் கொண்டுதானிருந்தாள். தன் மகனுக்குத் திருமணம் செய்து வைக்கும் போதே, தன் மகன் வயதையொத்த தங்கதுரைக்கும்

ஒரே மேடையில் திருமணம் செய்துவைத்துவிடலாம் என்று நினைத்துதங்கதுரைக்கும்பெண்தேடினாள். அனாதைகளுக்கு அத்தனை எளிதாய் திருமணபந்தம் கைகூடிவிடுமா என்ன? கனகவள்ளி அழுது அடங்கினாள். பாகம்பிரியாள் இருக்கும் திசைநோக்கி மன்னிப்பு கேட்டாள். ஆனால் இன்று அவள் அடைந்திருக்கும் மகிழ்ச்சிக்கு எல்லையில்லை.

தங்கதுரையின் குடும்பம் சார்பாகக் கனகவள்ளியின் கணவர் ராமசேது, வெற்றிவேலின் கையில் தாம்பூலத்தைக் கொடுத்தார். ஊர்மக்கள் மற்றும் ஊர் பெரியவர்கள் முன்பு திருமணம் நிச்சயம் ஆனது. நல்ல நாள் பார்த்த ஜோதிடர் இன்னும் ஐந்து நாட்களில் சிறப்பான முகூர்த்தநாள் இருப்பதாகக் கூறி, அன்றே திருமணத்தை முடித்துக் கொள்வது சிறப்பானது என்றும் கூறினார்.

தங்கத்துரையின் தலை கவிழ்ந்தே கிடந்தது. அருகில் சென்ற கனகவள்ளி அவன் தலையைக் கோதிவிட்டாள்.

'என்னபெத்த ராசாவுக்கு என்தம்பி மொவளே பொண்டாட்டியா வாச்சுட்டா, நீ எங்க ஊட்டுப்புள்ளடா. கலங்காத, மசங்காத, என்னோட உசுருள்ள காலம்வர ஒனக்குத் தாயா நா இருப்பேன்' என்றாள்.

'என்னய உங்க ஆத்தாளா நினைச்சுக்க, அவ இருந்து பண்ணுறதத்தான் இப்போ நாம்பண்ணியிருக்கேன்.' என்று சொல்லி அவன் முகத்தை நிமிர்த்தினாள்.

'அம்மா.... ' என்று வாய்விட்டுக்கதறி அழுதான் தங்கதுரை. அவன் அழுகையைத் தேற்ற யாராலும் முடியவில்லை. காரணம் அவன் அழுவதைப் பார்த்த எல்லோரும் அழுதார்கள். அவன் மனநிலையை உணர்ந்தால் கல்லும் அழுதுவிடும். மனிதர்கள் எம்மாத்திரம்?

அடுத்த ஐந்தாம் நாள் திருமணம் நிகழ்ந்தது. தங்கதுரை புதிதாய்க் கட்டியிருந்த வீட்டில் மிக மகிழ்ச்சியாக வாழ்க்கையைத் துவங்கினான். அந்த வீட்டில்தான் இன்று எந்தத் துணையும் இல்லாமல், ஒருவாய்ச்சோறு கொடுக்க நாதியத்துப்போய் முடங்கிக் கிடந்தாள் பாப்பம்மாள்.

## பகுதி – 5

குறிஞ்சிமலர் அடைக்கப்பட்டிருந்த அறையின் கதவைத் தன் காலால் எட்டி மிதித்த தொண்டியம்மாள், நெஞ்சம் கொதித்தவளாய் அடுப்படிக்குச் சென்றாள். தொண்டியம்மன் வீதியுலாவை முடித்துவிட்டுக் கோயிலுக்கு வந்து சேர்ந்தாள். சட சடவென மழை கொட்டத் துவங்கியது. ஊரே திருவிழாக் கோலம்பூண்டு குதூகலித்திருந்தது. தொண்டியம்மாளின் வீடு மட்டும் துயரத்தில் மூழ்கிக் கிடந்தது. குறிஞ்சிமலர் அழுதுகொண்டே உறங்கிப் போனாள். கொற்றவன் தன் அண்ணன் சாமிக்கண்ணுவின் பழக்கடைக்குச் சென்று அமர்ந்தான். அவனுக்குப் பல வகையான சிந்தனைகள் ஓடியது.

நடந்ததையே எண்ணிக்கொண்டு வருந்தி நிற்கும் உள்ளத்திற்கு, நடக்கப் போவதை சரியாகத் திட்டமிடத் தெரிவதில்லை. மனிதன், தன் வாழ்வைச் சிதைத்துக் கொள்ளப் பெரிதும் காரணமாக இருப்பது அவனுடைய எண்ணச்சிதைவு மட்டுமன்று, அவனுடையப் புறச்சூழலும்தான். தன்னுடைய எண்ணங்களால் தன் வாழ்க்கைக் கட்டமைக்கப்படுகிறது என்று நம்பிக் கொண்டிருக்கும் மனிதன், வாழ்வின் இக்கட்டான சூழல்களை எதிர்கொள்ளும்போதுதான் தன் வாழ்வைப் பெரும்பாலும் புறச்சூழல்தான் கட்டமைக்கிறது என்பதை உணர்கின்றான். கூர்த்த அறிவும், கல்வியும் இருந்தால் செம்மையான வாழ்க்கையை வாழ்ந்து விடலாம் என்று மாந்தன் நினைக்கிறான். ஆனால் எத்தனையோ உயர்ந்த கல்வியாளர்களும் வாழ்வில் தோற்றுப் போயுள்ளார்கள்தானே!

ஆற்றில் முறிந்து விழுந்த மரக்கிளையானது ஆற்றின் பாதையிலேயே பயணிப்பதுபோல, மனித வாழ்க்கை விதியின் பாதையில்தான் பயணித்துக் கொண்டிருக்கிறது.

கொற்றவன் தன் தாய் தொண்டியம்மாளைப் பற்றி நினைத்துப் பார்த்தான். அவள், தான் பெற்ற பிள்ளைகள் மட்டுமே தன் உலகம் என்று வாழ்ந்தவள். கொற்றவன் தன் தாயை நினைத்தாலே, தான் பன்னிரெண்டாம் வகுப்பு படிக்கும் போது தன் வீட்டில் நடந்த ஒரு சம்பவம் மட்டுமே நினைவுக்கு வரும்.

தொண்டியம்மாளுக்கும் கணவன் சிவராமனுக்கும் கடுமையான சண்டை. சிவராமன் இனி மனைவியும் குழந்தைகளும் வேண்டாம் என்ற முடிவுக்கு வந்துவிட்டான். தன் பழக்கடையில் தனக்குத் துணையாக இருந்த மூத்தவன் சாமிக்கண்ணை, இனி கடைப்பக்கம் வரவே கூடாது என்று விரட்டி விட்டுவிட்டான். குடும்பச்செலவுக்குப் பணம் கொடுப்பதையும் நிறுத்திக் கொண்டான். நான்கு குழந்தைகளை வைத்துக்கொண்டு படாதபாடுபட்டாள் தொண்டியம்மாள். தன் நான்காவது மகளுக்குச் செய்துவைத்திருந்த தங்கச் சங்கிலியை விற்றுத்தான்

சாப்பாட்டுச் செலவுகளைப் பார்த்தாள். தெருவில் உள்ள அனைவருக்கும் இட்லிமாவு அரைத்துக் கொடுத்தாள். ஊறுகாய்போட்டு விற்றாள். 'ஆனை அசைந்து திங்கும், அடுப்பு அசையாமல் திங்கும்' என்று ஊருக்குள் ஒரு சொலவடை உண்டு. தனது வீட்டில் அடுப்பெரிய வேண்டும் என்றுதானே மனிதர்கள் ஓடியோடி உழைக்கிறார்கள். ஐந்து சீவன்களின் வயிற்றுப் போராட்டம், ஓர் உணவு நேரத்தில் கலவரத்தில் முடிந்தது.

ஒரு நாள், இரவில் பிள்ளைகள் அனைவரையும் உணவுண்ண அழைத்தாள். நால்வருக்கும் சோறிட்டாள். மூத்தவனிடம்சில செய்திகளைச் சொல்லிக்கொண்டிருந்தாள். மூன்றாவது மகன் இளங்கோ மடமடவெனத் தின்றுவிட்டு மறுசோறு போடும்படித் தட்டை நீட்டினான். அவள் கண்டுகொள்ளவில்லை. இளங்கோவுக்குக் கோபம் வந்துவிட்டது.

'அம்மா... சோறு குடுன்னு கேக்குறேன், ஒனக்குப் பேச்சுதான் பெருசாப் போச்சு, சோத்தப் போடு' என்று கடிந்துகொண்டான்.

'சாப்புட்டு முடிச்சுட்டா எந்திரிச்சுப் போடா... ஒன்னையும் குடு ஓ.. எழவுக்கு வர்றவளையுங்குடுன்னு கேப்பே... போ... கையக்கழுவிட்டு எந்திரிச்சிப்போ...' என்றாள்.

இளங்கோவுக்கு ஆத்திரமும் அழுகையும் ஒரு சேர வந்தது. ஏந்திய தட்டைத் தரையில் வைத்துவிட்டு என்ன செய்வதென்று தெரியாதவனாய் விக்கித்துப் போய் அமர்ந்திருந்தான்.

'சோறு குடுன்னு கேக்குறவன்ட்ட இப்புடியா பேசுவே?' என்று தன் தாயைத் திட்டிவிட்டு

'இந்தாடா... எந்தட்டுல கைபடாம ஓரமா இருக்குற சோத்த நீ எடுத்துக்க' என்றான் கொற்றவன்.

தன் செயலில் மாற்றத்தைப் பார்த்த நான்கு பிள்ளைகளும், தன்னைச் சினத்தோடுப் பார்த்துக் கொண்டிருந்ததை உணர்ந்தாள் தொண்டியம்மாள்.

கூனிக்குறுகிப் போனவளாய் சோற்றுப்பானையை எடுத்துக் கவிழ்த்துக் காட்டினாள். ஒரு பொட்டுச் சோற்றுப் பருக்கை கூட இல்லாமல் வழித்து எடுக்கப்பட்டிருந்தது. ஓ... என்று அழுது துடித்தாள் தொண்டியம்மாள்.

'நாம்பெத்த புள்ளைக்கி வயிறு நெறைய சோறு குடுக்க முடியாத பாவியாப் போயிட்டேனே!'

'கல்லத் தின்னாலும் செரிச்சுப் போற வயசுப் புள்ளைகளுக்கு, ரேசன் அரிசியையும் எண்ணிப்போட்டு ஆக்கிக் குடுக்குறமாரி ஆயிப்போச்சே...'

'எம்மா... தொண்டியம்மா... பாகம்பிரியா... வெட்டுடைய காளியம்மா...'

'என்ன இப்புடி ஒரு பொல்லாவிதிக்குப் பொண்ணாப் படச்சிட்டியே...'

'அரிசின்னு அள்ளிப்பாக்கவும் ஆளில்ல, உமின்னு ஊதிப்பாக்கவும் ஆளில்ல. நல்லதங்காளுக்கு ஒரு கெளராவது கெடச்சுச்சு. எனக்கு அதுவுங் கெடைக்காமப் போச்சே...'

'எம்புள்ள பசிச்சிப் பறக்குதே... பாத்துக்கிட்டு இருக்குறேனே... பாவிபரப்பா மக எனக்கு ஒரு சாவு வரலையே...'

என்று தலையிலும், மாரிலும் அடித்துக்கொண்டு அழுது துடித்தாள் தொண்டியம்மாள். தாயின் அழுகையைப் பார்த்த பிள்ளைகள் நால்வரும், கதவிடுக்கில் விரல் நெறிபட்ட சிறுகுழந்தைகளைப் போல தேம்பித்தேம்பி அழுதார்கள்.

கொற்றவன் இந்த நிகழ்வை ஒரு நாள் கூட மறந்ததில்லை. அம்மா என்றாலே அவனுக்கு அன்று கதறியழுத தொண்டியம்மாளின் முகம்தான் நினைவுக்கு வரும். அந்த அம்மாதான் இன்று கொற்றவனை அள்ளித் தூற்றுகின்றாள்.

கொற்றவன், தான் பேசியது சரி என்று நியாயப் படுத்திக் கொள்ளவில்லை. கோபம் கொண்டு கொக்கரிக்கும் மனிதர்களை எதிர்கொள்ளப் பெரும்பாலும்

பயன்படுத்தப்படும் ஆயுதம், அதே கோபம் தான். கோபம் காட்டுத்தீ போன்றது. அது பேதம் பார்ப்பதில்லை. கடுஞ் சினம் கொண்டவர்கள், உற்றார் உறவினர் என்ற பேதங்களைக் கடந்து விடுகிறார்கள். கொற்றவனுக்கு இனி உறவு என்று யாரும் இருக்கப்போவதில்லை என்பது மட்டும் தெளிவாக விளங்கியது.

மாலையில் வீட்டிற்கு வந்தான் கொற்றவன். குறிஞ்சி மலர் தன் பொருட்கள் எல்லாவற்றையும் எடுத்துக்கொண்டு தயாராய் நின்றாள். அறையின் கதவைத் திறந்துகொண்டு உள்ளே சென்று தன் பையை எடுத்துத் தோளில் போட்டுக்கொண்டான்.

'இனிமே இந்த ஊட்டுக்கும் நமக்கும் எந்த சம்பந்தமும் இல்ல. அதக்காலையிலையே தல முழுகியாச்சு. கெளம்பு இங்கிருந்து.' என்று தொண்டியம்மாள் காதுக்கு விளங்கும்படி உரத்த குரலில் சொன்னான். இருவரும் வெளியேறினார்கள். தொண்டியம்மாளுக்கு வெறிபிடித்தது. கொதிக்கும் எண்ணெயிலிட்டக் கடுகுபோலப் பொரியத் துவங்கினாள்.

'அடியேய்! தாலியறுப்பா முண்ட... தேன்கூடுமாரி இருந்த குடும்பத்துல கல்ல விட்டு எறிஞ்சிட்டியேடி!'

'அடி ஓடுகாலி வேச... நா அரும்பாடுபட்டு பெத்து, இருவத்தியேழு வயசுவர வளத்து ஆளாக்கி வச்சிருந்தேன்.'

'அவெங்காதுல என்ன மந்தரம் ஓதுனியோ தெரியல! ஓம்முந்தானையப் புடிச்சுக்கிட்டு, பெத்த தாய மறந்துட்டு, ஊட்டவுட்டுக் கெளம்பிட்டானே இந்தக் கழிச்சல்ல போறவன்.'

'அடியேய்! பட்டிமுண்ட... நா வயிறெரிஞ்சு சொல்லுறேன்... நீ நல்லாவே இருக்கமாட்ட...'

'தாயையும் புள்ளையையும் பிரிச்சுப்புட்டே! ஒனக்குப் பெறக்குற புள்ள ஏ வயிறு எரியுறமாரி எரிஞ்சு செத்துப்போகுமுடி!... அப்பத்தெரியு ஏ வலியென்னன்னு.'

'நீங்க ரெண்டுபேரும் நாசமாப்போக! உங்க கால்பட்ட எடம் வெளங்காமப் போக! செத்து செங்கச் சொமக்க...'

'ஆத்தா.... தொண்டியம்மா.... ஏ வயிறு எரியுதே.... என்னோட மனக்கொதிப்ப நீதாங் கேக்கணு... இந்தப் பலசாதி முண்டய நீதாங் கேக்கணு....'

'நீதாங் கேக்கணு...நீதாங் கேக்கணு...

நீதாங் கேக்கணு...நீதாங் கேக்கணு...'

எனக் கத்திக்கொண்டே மயங்கிச் சரிந்தாள் தொண்டியம்மாள். கொற்றவன் குறிஞ்சிமலரை அவள் அப்பா வீட்டில் விட்டுவிட்டு, சென்னைக்குச் செல்லும் பேருந்தில் ஏறியமர்ந்தான். அவன் கைகளுக்குள் முப்பது தூக்கமாத்திரைகள் இருந்தன.

# பகுதி – 6

பாப்பம்மாள், எலுமிச்சை நிறம், தர்பூசணி சதையில் செய்தது போன்ற உதடு, அளவெடுத்துச் செதுக்கியது போன்ற மூக்கு, தங்கதுரையின் வலையில் சிக்காத இரண்டே மீன்கள் அவள் கண்கள். கருமேகம் நிறம் மாறாமல் மழையாகி அருவியில் வழிவது போன்றிருக்கும் அவள் கூந்தல். மந்திரித்து மடித்துக் கொடுத்த செப்புத்தகடு அவள் இடுப்பு. அவளின் பருவ வனப்பைப் பார்த்துப் பார்த்துக் கிறங்கிப் போவான் தங்கதுரை. தனக்காக இறைவன் அனுப்பிவைத்தத் தேவதைதான் பாப்பம்மாளென்று நம்பினான் தங்கதுரை. இருவரும் எந்தக்குறையும் இல்லாமல் இன்பமாக வாழ்ந்தார்கள். தங்கதுரை, தான் சம்பாதிக்கும் பணத்தை எண்ணிப்பார்க்காமல் எடுத்துவந்து பாப்பம்மாளிடம் கொடுத்து விடுவான். ஒரு ரூபாயாக இருந்தாலும் நோட்டில் எழுதி கணக்கு வைத்துக்கொள்வாள் பாப்பம்மாள். கணவன் நன்றாகச் சம்பாதிக்கிறான் என்பதற்காக ஆடம்பரம் செய்துகொள்ள மாட்டாள். மிகச்சிக்கனமாகச் செலவு செய்வாள். நாளைக்கு ஏதாவது பெரிய செலவு வந்துவிட்டால் யாரிடமும் சென்று கையேந்தி நின்றுவிடக்கூடாது என்பதில் உறுதியாக இருந்தாள்.

இருவருக்கும் திருமணம் முடிந்து இரண்டு ஆண்டுகளுக்குப் பிறகு ஓர் ஆண் குழந்தை பிறந்தது. தன் தந்தையின் நினைவாக, மகனுக்கு வெற்றி என்று பெயரிட்டாள் பாப்பம்மாள். குழந்தைக்கு ஐந்து வயதானது. நம்புதாளை ஆரம்பப் பள்ளியில் படிக்கப் போனான் வெற்றி.

தன் மகனையும் மனைவியையும் பார்த்துப் பார்த்துப் பூரித்தான் தங்கதுரை.

'ஐயா.... கருப்பசாமி.... எனக்கும் ஒரு நல்ல வாழ்க்கையப் பிச்சையாப் போட்டியே.... ஒனக்கு நூறு சென்மத்துக்கு நன்றி சொன்னாலும் பத்தாதுப்பா....' என்று வாய்விட்டு அழுவான்.

பாப்பம்மாளையும், குழந்தையையும் அழைத்துக் கொண்டு தொண்டியம்மன் கோயிலுக்குச் சென்றான் தங்கதுரை. அன்று வெள்ளிக்கிழமை. கோயிலுக்குச் சனங்கள் கூட்டம் கூட்டமாக வருவதும் போவதுமாய் இருந்தார்கள்.

சற்று நேரம் கோயிலுக்கு வெளியே உட்காரலாம் என்றான் தங்கதுரை. நோயாளிகளுக்கும், வயசாலிகளுக்கும், உழைத்துக்களைத்தவர்களுக்கும்தான் ஓய்வுதேவைப்படுகிறது. குழந்தைகள் எப்போதும் ஓய்வெடுப்பதில்லை. ஓய்ந்திருக்க நினைப்பதுமில்லை. எப்போதும் விளையாட்டு, இடையிடையே உணவு. இவைதான் குழந்தைகளின் தேவை. இப்படி இருந்தால்தானே அவர்கள் குழந்தைகள்.

வெற்றி துறுதுறுப்பானவன், சேட்டைக்காரன். பாப்பம்மாளைப் பாடாய்ப் படுத்தினான். சல்லடை போட்டுச் சலித்தது போன்று ஒருசீராகப் பரவிக்கிடந்த

குருத்துமண்ணில் குதிபோட்டு விளையாடினான் வெற்றி. ஓடினான், குதித்தான், உருண்டான், குட்டிக்கரணம் போட்டான். பாப்பம்மாள் அவனைக் கட்டுப்படுத்தும் முயற்சியில் தோற்றுப்போனாள். அலுத்துப்போனவளாய் தங்கதுரையின் அருகில் வந்து அமர்ந்தாள். தங்கதுரை வெற்றியைப் பார்த்து ரசித்துக் கொண்டிருந்தான்.

'உலகத்துல உங்களுக்கு மட்டுந்தான் ஆம்புளப் புள்ளப் பெறந்தமாரி அவன தலையில வச்சுக்கிட்டு ஆடுறீங்க'

'அவனுக்கு அஞ்சு முடிஞ்சு ஆறுவயசாகப்போகுது. ஒரு நாளாவது கண்டிச்சிருப்பீங்களா?'

'அப்பா அடிக்கமாட்டாரு, திட்டமாட்டாரு, எதக் கேட்டாலு வாங்கித்தருவாருன்னு ஊக்கமாப் போச்சு அவனுக்கு.'

'புள்ளைங்களுக்கு வறுமைனா என்னன்னு காட்டித்தான் வளக்கணும். சின்னத் தப்பு பண்ணுனாலும் அடிச்சு ஒடிச்சுத்தான் வளக்கணும். அப்பத்தான் புள்ளைக உருப்படும்.'

'ம்ம்ம்... என்னங்க... நா பேசுறது கேக்குதா?' என்றாள் பாப்பம்மாள்.

'பாப்பம்மா வெற்றி கிடுகிடுன்னு வளந்துட்டானுல' என்றான் தங்கதுரை. பாப்பம்மாளுக்கு எரிச்சலாகிப் போய்விட்டது.

'நா எம்புட்டு நல்லது கெட்டது சொல்லிக்கிட்டு இருக்கேன். எதையும் காதுல வாங்குறதில்ல.... எங் காலக்கெரகம்....'

'நக்குற மாடு, செக்குன்னு கண்டுச்சா? சிவலிங்கம்முனு கண்டுச்சா? நக்குறத, நக்கிக்கிட்டேதான் திரியும்.' என்று சொல்லிக்கொண்டே தன் நெற்றியில் வலதுகையால் மெதுவாக அடித்துக் கொண்டாள். மெதுவாக தன் தலையைப் பாப்பம்மாளை நோக்கிச் சாய்த்தான் தங்கதுரை.

'ஆகமொத்தத்துல என்னய ஒரு நக்கிப்பயன்னு சொல்லுற அப்புடித்தானே?'

'ம்ம்ம்... அப்புடி சொல்லமுடியாது. இருந்தாலும்ம்ம்....' என்று இழுத்தாள் பாப்பம்மாள்.

தங்கதுரை வாய்விட்டுச் சத்தமாக சிரித்துவிட்டான். இதற்காகவே காத்திருந்தவளைப்போல தங்கதுரையின் தோளைக் கட்டிக் கொண்டு சிரித்தாள் பாப்பம்மா.

வெற்றி மண்ணைவாரித் தூற்றி விளையாடிக் கொண்டிருந்தான். ஓர் இடத்தில் மாட்டுச்சாணி மண் மூடிக்கிடந்தது. மண் என நினைத்து, தன் இரு கைகளாலும் சாணியை அள்ளித் தூற்றிவிட்டான்.

தன் மனைவியுடன் கோயிலுக்கு வந்துகொண்டிருந்த தனசேகரின் வெள்ளை வேட்டியும், வெள்ளைச் சட்டையும் சாணியாகிப் போனது. தங்கதுரையும், பாப்பம்மாளும் பதறிப்போய் எழுந்து ஓடிவந்தார்கள். தனசேகரன் வேட்டி சட்டையிலிருந்த சாணியைத் தன் கைகளால் தட்டிவிட்டான் தங்கதுரை.

'ஐயா! எம் புள்ள தெரியாமப் பண்ணிருச்சு, தப்புதா ஐயா! மனசுல வச்சுக்காதீங்க ஐயா!' என்று கையெடுத்துக் கும்பிட்டான். அடுத்த வினாடி சுவற்றில் அடித்து வெடிக்கும் வெங்காயவெடிச் சத்தம் கேட்டது. தனசேகரன் அறைந்த அறையில் தங்கதுரையின் கன்னம் கண்டிப் போய்விட்டது. நிலைதடுமாறிப் போனான் தங்கதுரை.

'சாதிகெட்ட நாயே! இந்த வேட்டி வெல என்னன்னு ஒனக்குத் தெரியுமாடா?'

'இந்தக் குட்டிச்சாத்தாங் கையில சாணியக்குடுத்து, எம்மேல அடிக்கச்சொல்லி வேடிக்க பாக்குறியா?'

'புள்ளயாடா பெத்து வச்சிருக்க! பு...... மொவனே!' என்று கத்தினான் தனசேகரன்.

ஒரே பாய்ச்சலில் சிறுவன் வெற்றியைச் சட்டையோடு பிடித்துத் தூக்கியெறிந்தான் தனசேகரன். தலைகுப்புற மண்ணில் விழுந்த வெற்றியின் கண்ணிலும், வாயிலும், மூக்கிலும் மண் ஏறி, உதடு கிழிந்து இரத்தம் கொட்டியது. துடிதுடித்துப் போனான் வெற்றி. தங்கதுரையும்

பாப்பம்மாளும் வாய்விட்டுக் கதறியழுது, பிள்ளையைத் தூக்கி சுத்தம் செய்து தேற்றினார்கள். தனசேகரனுக்கு ஆத்திரம் அடங்கவில்லை.

'அவுசாரி மொவனே! இனிமே இந்தக் கோயில் பக்கம் உன்னப் பாத்தேன்.... குடும்பத்தோட வெட்டிப் பொலி போட்டுருவேன்.'

'அனாத நாயே! கல்யாணம்பண்ணி புள்ளபெத்துட்டா நீ பெரிய புழுத்தியாடா?'

தொடர்ந்து வண்டை வண்டையாகத் திட்டிக் குவித்துக் கொண்டிருந்தான் தனசேகரன். தனசேகரன் மனைவி அமுதா, தன் கணவன் செய்வதுதான் சரியென்ற பாவனையில் பார்த்துக் கொண்டிருந்தாள்.

வெற்றியின் வாய் மற்றும் மூக்கில் உள்ள மண்ணைச் சுத்தம்செய்து,உதட்டில்வழியும்இரத்தத்தைத்துடைத்துவிட்ட பிறகு, அவன் கண்ணைத்திறந்து உள்ளே உள்ள மண்ணை ஊதிவிட்டாள் பாப்பம்மாள். சனம் கூடிவிட்டது. வெற்றி 'அப்பா.... அப்பா....' என்று துடிதுடித்துக் கத்தினான். தங்கதுரை நொறுங்கிப் போனான். ஆடு வெட்ட நிற்கும் பூசாரியைப்போல் முறுக்கிக் கொண்டு நின்றான் தங்கதுரை. கட்டுக்கடங்காத கோபம் அவனுக்கு.

பாசங்களில் உயர்ந்தது புத்திரப் பாசம். மன்னாதி மன்னரெல்லாம் புத்திரப் பாசத்தால் செத்துப் போனார்கள். பெற்றபிள்ளை துடிப்பதை எந்த அப்பன் பொறுத்துக் கொள்வான்? நரம்புகள் புடைக்கப் பல்லை நறநறவெனக் கடித்தான். வேட்டியைத் தொடைவரைத் தூக்கிக் கட்டிக் கொண்டு ஒரே பாய்ச்சலில் தனசேகரனின் நெஞ்சில் ஏறி மிதித்தான். மண்ணில் மல்லாக்க விழுந்த தனசேகரனின் நெஞ்சில் ஏறி அமர்ந்துகொண்டு,

'புள்ளப் பெத்துக்க வக்கில்லாத மலட்டுத் தாயோளி.'

பச்சப்புள்ளையத் தூக்கி எரியுறே... சாவுடா பொண்ணபப்யலே....' என்று மூக்கோடும் வாயோடும் சேர்த்து 'சத் சத்' என இரண்டு குத்துவிட்டான்.

மூன்றாவது குத்து விழுவதற்குள் கூடியிருந்தவர்கள் தடுத்து நிறுத்திவிட்டார்கள்.

தனசேகரனுக்கு முன்பல் இரண்டும் உடைந்துவிட்டது. மூக்கு எலும்பு நொறுங்கி இரத்தம் கொட்டியது. இரத்தத்தைப் பார்த்த அவன் மனைவி அமுதா அங்கேயே மயங்கி விழுந்தாள். கூடியிருந்தவர்கள், கணவனையும் மனைவியையும் தூக்கிக் கொண்டுபோய் மருத்துவமனையில் சேர்த்தார்கள்.

'அடேய்! தங்கத்தொர நீ ஒன்னும் வருத்தப் படாதடா!'

‘பணமிருந்தா என்னவேணாலும் பண்ணிபுடலாம், ஊரே வாய்மூடி வேடிக்க பாக்குமுன்னு நெனைக்கிறான் அவன்.’

‘பஞ்சாயத்து வச்சாலுஞ்சரி, போலீசுக்குப் போனாலுஞ் சரி, நா வந்து சாட்சி சொல்லுறேன்.’

‘போடா போ... கவலைப்படாம போ...’ என்று வழியனுப்பி வைத்தார் பெரியவர் முத்துப் பாண்டி. கூடியிருந்த யாரும் தங்கதுரையைக் குறைசொல்லவில்லை.

'பணத்திமிருல, குண்டிக் கொழுப்பெடுத்து ஆடுனா இப்புடித்தாங் குத்து வாங்கணும்.' என்று பேசிக் கொண்டே கூட்டம் கலைந்தது.

திங்கட்கிழமை மாலை ஐந்து மணிவாக்கில், கடற்கரை மாதா கோயிலுக்கு வடக்கே உள்ள ஆலமரத்தடியில் பஞ்சாயத்து கூடியது. ஊர் பெருசுகள் நான்குபேர் ஆலமரத்தை ஒட்டிக் கட்டப்பட்டிருந்த திண்டில் அமர்ந்தார்கள். நான்கும் தாட்டியமான, துடுக்கான வயசாலிகள். நால்வரின் பட்டப்பெயர்கள்தான் ஊருக்குள் பிரபலம். காட்டுச்சேவல், தொடதட்டி, பழங்கஞ்சி, பாசிப்பருப்பு இப்படித்தான் அவர்களை ஊருக்குள் அழைப்பார்கள்.

பெரும்பாலும் ஊருப்பயலுக யோக்கிதையைத் தராசில் இட்டு எடை போடும் எவனும், தன் யோக்கிதையை எடைபோட்டுக் கொள்வதில்லை. 'ஊருக்கு மட்டும்தான் உபதேசம்' என்ற சொலவடை ஒன்றும் பிழையானது

அல்ல. அது மிகத் துல்லியமான சொலவடைதான். ஊரிலுள்ள ஆம்புள, பொம்புள, பொண்டுபொடுசு அனைத்தும் வந்து கூடியது. இரு தரப்பும், இரு தரப்பு சாட்சிகளும் விசாரிக்கப்பட்டது. தலைவர்கள் நால்வரும் தங்களுக்குள் பேசிக்கொண்டார்கள். தீர்ப்பு என்பது ஒருவரது வாய்ச்சொல்லில்தான் வெளிப்பட வேண்டும் என்பது ஊர்ப் பஞ்சாயத்து மரபு. முறைப்படி இன்றைய பஞ்சாயத்துக்கு பழங்கஞ்சிதான் தீர்ப்பு சொல்ல வேண்டும்.

'எப்பா தனசேகரா! எல்லாத்தையும் விசாரிச்சு முடிச்சாச்சு.'

'நீ யாரு? உங்கொப்பே யாரு? உங்கொப்பே என்னத் தொழில் செஞ்சு கோடிகோடியா சொத்து சேத்தான்! உங்கொப்னுக்கு எத்தன கூத்தியா? நீ எவஎவ கவுட்டுக்குள்ள கெடந்து எந்திரிச்சு வாரே? இந்த அமுதாவ நீ எப்புடி கல்யாணம் பண்ணிக்கிட்டு வந்தே? யாரு விட்ட சாபத்துல ஒ வம்சம் தழைக்காமப் போச்சு? இது எல்லாந்தெரியாமையாடா நாங்க பஞ்சாயத்துல வந்து உக்காந்திருக்குறோ...'

'பணக்காரனுக்குப் பரிஞ்சி பேச இது ஒன்னும் போலீஸ் டேசன் இல்ல, வெளங்குதா?'

கூட்டம் 'கப்சிப்' என்றானது. கடலலையைத் தவற வேறு சத்தமில்லை.

'தெருவுல போகையில ஒரு கன்னுக்குட்டி முட்டிருச்சுன்னு, அதப் புடிச்சிக் கால ஒடைக்கவா செய்வோம்?'

'பச்சப் புள்ளடா... கள்ளங்கபடம் அறியாத பச்ச மண்ணு. சாணியத்தானே எடுத்து அடிச்சுட்டான். ஒன்னய கொலையா பண்ணிட்டான்.'

'கொலையே பண்ணுனாலும் அவனுக்கு இப்புடி தண்டன குடுக்க அரசாங்கச் சட்டத்துலையே எடமிலையேடா...'

'சபைக்கு வந்து கூடுனவுக சொல்லுங்கப்பா... அஞ்சு வயசு பயல இப்புடி தண்டிப்பாகளா...?'

'வாயில என்னத்தத் தூக்கிச் சொருகிக்கிட்டு உக்காந்திருக்கீங்க சொல்லுங்கடா.... மயிராண்டியலா !.'

'இப்புடி தண்டிக்க மாட்டாங்க' சபையில் உள்ள அனைவரின் குரலும் ஒருங்கே ஒலித்தது.

'தங்கதொர எப்புடியாக்கொந்த பயன்னு மீன் மார்கெட்டுல உள்ள சுடுகுஞ்சிக்குக் கூடத் தெரியு.'

'அவம்பெத்த புள்ளைய நீ தூக்கிப் போட்டுக் காயப்படுத்துனே, அவன் ஒம் பல்லையும் மூக்கையும் ஒடச்சுக் காயப்படுத்துனான்.'

'நீ அவனத் தூசனமாத் திட்டுனே, அவன் ஒன்னைய பொட்டப் பயன்னு கேட்டுருக்கான்.'

'எல்லாத்துக்கும் ஓங் கோவந்தான்டா காரணோம்.'

'அல்லும் பகலும் அரும்பாடுபட்டு வேர்வ சிந்தி ஒழக்கிறவனைப் பாத்து, நீ என்னென்ன வார்த்த கேட்டிருக்க?'

'பணமிருக்குற திமுறுதான இப்புடிப் பேசச்சொல்லுது.'

'ஒன்னமாரி உண்டியல் தொழிலு, போதைப் பொருள் கடத்தலு, தங்கக் கடத்தலு இதெல்லாஞ் செஞ்சா அவன் வாழுறான். ஒத்தக்காசா இருந்தாலும் ஒழச்சு வாழுறான். எவங்குடியையும் கெடுத்து வாழல.'

'ஊருக்குள்ள மறுபடியும் நீ இப்புடி நடந்துக்குட்ட, உரிச்சு உப்புக்கண்டம் போட்டுருவேன்.'

'அடேய்! நாட்டாமங்குற பேருல தொந்தியத் தள்ளிக்கிட்டு நாலுபேரு இருப்பாங்கெ! நம்ம பவுசு எல்லாம் இவங்கெளுக்கு என்ன தெரியும்முனு நெனச்சியோ?'

'நீ ஆழத்துல செக்காட்டுனாலும், நாங்க உள்ள இருந்து பதம்பாப்போமுடா...'

'ஒன்னோட பணக்கார பூலுத் தெனவையெல்லாம் ஊருக்குள்ளக் காட்டிக்கிட்டுத் திரியக்கூடாது. மீனுக்கு செதிலெடுக்குறமாரி செங்கலக்கொண்டு தேச்சுப்புடுவேந் தேச்சு...'

'தீர்ப்பு இதுதான்!'

'நாம் பண்ணுனது தப்புன்னு தங்கதொரைட்ட மன்னிப்பு கேட்டுட்டு திரும்பிப் பாக்கமாப் போயிரு. பொறவு அவனுக்கு எந்தத் தொந்தரவுங் குடுக்கக்கூடாது. போலீசுல சொல்லி ஏதாவது கொடச்சல் குடுக்கலாம்முனு நெனச்ச, ஒன்னோட, ஒம்பொண்டாட்டியோட வகையறா எல்லாரையும் ஊரவிட்டு ஒதுக்கிவச்சுருவோம். ஊரப் பகச்சிக்கிட்டு வாழமுடியாதுடா! சூதானமா நடந்துக்கோ.'

'எப்பா! தங்கதொர நீ அவன் மூக்கயும், பல்லையும் ஒடச்சிருக்க! அத முழுக்க முழுக்க சரின்னு சொல்லமுடியாது. சூழ்நெல அப்புடி ஆகிப்போச்சு.'

'வாழ வேண்டிய வயசுடா! புத்திய நிதானப்படுத்தனும், கோவங் குடிகெடுத்துரும்முடா...'

'தனசேகரனுக்கு ஆனா ஆசுபத்திரிச் செலவ நீ ஒப்புக்கொள்ளனும். அவனுட்ட மன்னிப்புக் கேட்டுட்டுக் கெளம்பு. நடந்தத இதோட மறந்துரு.'

'என்னபாஞ்! நாஞ்சொன்னது சரிதானப்பா!!'

சபை ஆமோதித்தது. இருவரும் தீர்ப்பின்படி நடந்துகொண்டார்கள். அனைவரும் கலைந்துசென்றனர்.

'பெரிய மனுசன் பெரிய மனுசன்தாம்பா. பழங்கஞ்சி தீர்ப்பு சொன்னதப் பாத்தியா? வச்சுச் செதுக்கிவிட்டுட்டாரு.'

'ஆமா! எல்லாஞ்சரிதான்! தீர்ப்பு சொல்லிப்புட்டு வெக்கு வெக்குனு ஓடுனாரே அதைப்பாத்தியா?'

'ஆமா...'

'சின்னத்தொண்டியில அவருக்கு ஒரு வப்பாட்டி இருக்கு. அங்கபோயி மல்லாருறதுக்குத்தான் தலைவரு பாஞ்சிகிட்டுப் போறாரு.'

'ஒவ்வொரு பெரிய மனுசன் வாழ்க்கையிலையும் எம்புட்டோ நாத்தம் ஒளிஞ்சிருக்கு, அவுக போடுறச் செண்டு வாடையில அவுக நாத்தம் தெரியாமப் போயிரும்முனு

நெனைக்கிறாங்க. அவுக நெனப்புத்தான் பொழப்பக் கெடுக்குது.' என்று யாரோ இருவர் பேசிக் கொள்வது கடற்கரைக் காற்றோடு கலந்து கொண்டிருந்தது.

வீட்டுக்குச்சென்ற தனசேகரன் பித்துப் பிடித்த நிலைக்கே சென்றுவிட்டான். அவன் உள்ளம் குமைந்தது. அடிபட்டு, அசிங்கப்பட்டு, பஞ்சாயத்தில் அவமானப்பட்டு, பீயில் நெளியும் புழுவைப்போல பலர் கண்களாலும் இழிவாகப் பார்க்கப்பட்டோமே என்ற எண்ணம் அவனைப் பாடாய்ப் படுத்தியது. நடுவீட்டில் அமர்ந்து மது அருந்தினான். மேகக்கூட்டம் இறங்கிவந்து வீட்டுக்குள் குடிகொண்டது போல சிகரெட்டுப் புகையால் நிறைந்தது வீடு. அமுதா எதையும் கண்டுகொள்ளவில்லை. அரைப்பிணமாகிப் போனாள். தன்னால், தன் கணவனுக்கு மலடன் என்ற அவப்பெயர் உண்டானதை நினைத்து மனமுடைந்து போனாள்.

அமுதாவுக்கு குழந்தை பெற்றுக் கொள்ள முடியாது என்று மருத்துவர்கள் கூறிவிட்டார்கள். தனசேகரனுக்கு எந்தக் குறையும் இல்லை. அவன் வேறு திருமணம் செய்து கொள்ளத்தான் விரும்பினான். அமுதா என் கணவனை இன்னொரு பெண்ணோடு பங்கிட்டுக் கொள்ள மாட்டேன் என்றாள். வேறு ஒருத்தியை திருமணம் செய்துகொண்டால் நான் செத்துவிடுவேன் என்று கணவனை மிரட்டினாள். இப்போது கணவனுக்கு நாற்பத்தைந்து வயது. ஒன்றும் கிழவனாகிவிடவில்லை. தன் கணவனுக்கு இப்போதாவது வேறு திருமணம் செய்து வைக்கவேண்டும் என்ற முடிவுக்கு வந்தாள்.

தனசேகரன் வீட்டைவிட்டு வெளியே போகவே இல்லை. உணவும் உண்பதில்லை. மதுவும் புகையும்தான் அவனது உணவானது. அமுதா ஏதேதோ சொல்லிப் பார்த்தாள் அமுதாவை இன்ன வார்த்தை என்று கணக்கில்லாமல் திட்டித் தீர்த்துவிட்டான்.

'அந்தத் தேவுடியாப் பய தங்கதொரயக் கொல்லுவேன்.' என்று திடீர் திடீர் என்று கத்திக் கொண்டிருந்தான். இப்படியே ஐந்து நாட்கள் ஓடிவிட்டன. அன்று

சனிக்கிழமை. வீட்டு வேலைக்காரன் சுப்பையா, தனசேகரன் அறைக்குத் தேநீர் கொண்டு சென்றான். பேயறைந்தவனைப் போல கதறிக் கொண்டு ஓடிவந்தான். தனசேகரன் மின்விசிறியில் தூக்கு போட்டுச் செத்துப் போனான். உடலில் ஒரு பொட்டுத்துணி கூட இல்லை. முகத்திலிருந்து கால்வரை உடலெல்லாம் கத்திக்கீறல்கள். சாவதற்கு முன் தன்னைத்தானே சிதைத்துக் கொண்டுள்ளான். அவமான ரேகைகளில் இரத்தம் உறைந்துபோய், அம்மணப் பிணமாய்த் தொங்கிக் கொண்டிருந்தான். ஊரே அல்லோலப்பட்டது. அமுதாவைப் பிணத்தைப் பார்க்க யாரும் அனுமதிக்கவில்லை. மயானத்தில் கொண்டுபோய் எரித்துவிட்டு ஊரார் கலைந்து போய்விட்டார்கள். 'என்னத்தப் பண்ணுறது, ஒவ்வொரு மனுசனுக்கு ஒவ்வொரு விதி.' என்று சொல்லிவிட்டு சொந்தக்காரர்களும் கிளம்பிப் போய்விட்டார்கள். ஓர் ஆணும், ஒரு பெண்ணும் வேலைக்கு இருக்கும் அந்தப் பெரிய வீட்டில் அமுதா மட்டும் தனியாகவே இருந்தாள்.

'அந்தத் தேவுடியாப் பய தங்கதொரயக் கொல்லுவேன்.' என்று தனசேகரன் கத்திக் கொண்டிருந்ததைத்தான் தன் மனதுக்குள் உருப்போட்டுக் கொண்டிருந்தாள். ஏதோ நினைவு வந்தவளாய்த் தன்னையறியாது சிரித்தாள். நாகர்கோயில் இராஜேந்திரசாமியின் நினைவு வந்தது. 'எண்ணி ஏழு நாளுல அந்தத் தங்கதொரப் பொண்டாட்டியோட தாலி அறுபடனும், இந்த... கௌப்புறேன்' கூந்தலை அள்ளி முடிந்தாள் அமுதா.

# பகுதி – 7

மயங்கிக் கிடந்த தொண்டியம்மாளைப் பார்த்து மகள் இன்பநிலா பதறிப் போனாள். பேத்தி அங்கயற்கண்ணி 'வீச் வீச்' என்று அழுது கொண்டிருந்தாள். எதிர் வீட்டு வாசலில் அமர்ந்து பழமை பேசிக் கொண்டிருந்த மலத்தேர சாந்தியும், அடமழ காளியம்மாவும் வீட்டுக்குள் நுழைந்தார்கள். தொண்டியம்மாள் கிடந்த கிடையைப் பார்த்து மனம் வருந்திப் போனார்கள். முகத்தில் தண்ணீர் தெளித்து, குடிக்க நீர் கொடுத்து மயக்கம் தெளிவித்தார்கள். மயக்கம் தெளிந்த தொண்டியம்மாள் இறுகிப்போய் உட்கார்ந்திருந்தாள்.

'அடியே! தொண்டியம்மா! வீட்டுக்கு வீடு வாசப்படிதான்டி.'

'பிரச்சன இல்லாத குடும்பமுன்னு ஒலகத்துல ஒரு குடும்பம் இருக்கா?'

'இங்க நடந்த கூத்து என்னன்னு நாங்க காதாத்திக்கிட்டுத்தான் இருந்தோம்.'

'ஒடம்பு நெறைய எண்ணெயத் தேச்சுக்கிட்டு உருண்டாலும் ஒட்டுற மண்ணுதானடீ ஒட்டப்போகுது.'

'எங்க போயிருவாங்க? குண்டி காஞ்சா கொளத்துக்கு வந்துதான ஆகணும்.'

'சாமி மேல பாரத்தப் போட்டுட்டு வேலையப் பாப்பியா! சும்மா... கத்திக் கத்தி உடம்பக் கெடுத்துக்குட்டு கெடக்குறே.' என்றாள் மலத்தேர சாந்தி.

'சாந்தியக்கா! ஒடம்பு முடியாத புருசனோட காலத்துக்கும் போராடி, நாலு புள்ளைகளையும் வளக்க நா என்னென்ன பாடுபட்டேன்... ஒங்களுக்குத்தான் தெரியுமே! நீங்கஎல்லாம் பாத்துக்கிட்டுத்தானே இருந்தீங்க.'

'இப்புடி நாக்குலப் பல்லபோட்டுப் பேசிப்புட்டுப் போறானே....'

'மூனு புள்ளப் பெத்தா முச்சந்தியில சோறு, நாலு புள்ளப் பெத்தா நடுத்தெருவுலதான் சோறுன்னு சொல்லுவாங்களே! சரியாத்தான் போச்சு பாத்தியாக்கா....'

'கொண்டவன் சரியா இருந்தா கூரையேறி சண்டை போடலாம்முனு சொல்லுவாங்க.'

'நா புருசன சாவக்குடுத்த அறுதலி முண்ட. எனக்குன்னு நியாயம் பேச ஒருத்தரும் இல்லாம நாதியத்துக் கெடக்குறேன்.'

'இன்னும் என்னென்ன பங்கம், பழிக்கு ஆளாகப்போறேனோ தெரியலயே...' என்று ஒப்பாரி வைத்து, தன் புடவை முந்தானையால் மூக்கைச் சிந்திக் கொண்டாள் தொண்டியம்மாள். சாந்தியும், காளியம்மாளும் தொண்டியம்மாளைப் பார்த்துப் பரிதாபப்பட்டார்கள். சிறிது நேரம் அங்கேயே இருந்து ஆறுதல் சொல்லிவிட்டுக் கிளம்பிப் போனார்கள்.

மறுநாள் காலையில் சாந்தியும் தொண்டியம்மாளும் 'மலுங்கு சாகிபு ஒலியுல்லா' தர்ஹாவுக்குப் போனார்கள். மல்லிகைப்பூ, ஊதுபத்தி வைத்து வணங்கிவிட்டு தொண்டியம்மன் கோயிலை நோக்கிச் சென்றார்கள். தொண்டியம்மனைக் குலதெய்வமாகக் கொண்டவர்கள் 'மலுங்கு சாகிபு ஒலியுல்லா' வையும் வணங்குவார்கள். காரணம் மலுங்கு சாகிபும், தொண்டியம்மனும் உடன் பிறந்த அண்ணன் தங்கச்சி என்ற நம்பிக்கை உண்டு. அதனைச் சரி என்று உறுதியாகச் சொல்ல ஒரு சான்றும் உண்டு. நாடு முழுவதும் எத்தனையோ அம்மன் கோயில்கள் உள்ளன. அங்கெல்லாம் எத்தனையோ அம்மன் திருமேனிகள் உள்ளன.

ஆனால் தொண்டியம்மனின் முக அமைப்பு போன்ற ஒரு தோற்றத்தை வேறு எங்கும் காணமுடியாது. அதனை யாரும் சொல்லித் தெரிந்துகொள்ள முடியாது. நேரடியாக ஒரு முறை பார்த்தால் விளங்கிவிடும். அம்மனின் முகம் ஒரு இசுலாமியப் பெண்ணின் முகம் போன்றே இருக்கும். மூக்கு நுனி சேதப்பட்ட அந்த அம்மன் திருமேனி கோயிலின் வெளிப்பிரகாரத்தில், கருவறைக்கு நேர்ப் பின்புறம் வைத்து வணங்கப்படுகிறது. ஆகவே தொண்டியம்மனைத் 'துலுக்க நாச்சியார்' என்றும் அழைப்பதுண்டு.

தொண்டியம்மன் கோயில் விசாலமானது அன்று. முப்பது அடி நீளமும், இருபது அடி அகலமும் கொண்ட ஒரு வீடு போலத்தான் இருக்கும். முன்பு போல பராமரிப்பும் இல்லை. குடமுழுக்கு நிகழ்ந்து பதினெட்டு வருடங்கள் ஆகிவிட்டன. பதினெட்டு வருடங்களுக்கு முன்பு நிகழ்ந்த ஜல்லிக்கட்டில், நான்குக் கரைகளுக்குமிடையே ஏற்பட்ட வாய்த்தகராறு கடைசியில் வெட்டுக்குத்தில் முடிவடைந்தது. அரும்பாடுபட்டு இந்த வருடம்தான் அம்மனுக்குத் திருவிழா எடுத்தார்கள். திருவிழாவை அம்மன் ஏற்றுக் கொண்டாள்.

அதுதான் வீதியுலா முடிந்தவுடன் மழை வந்துவிட்டதே! இருந்தாலும் ஊர் பெரியவர்களுக்கு மனமெல்லாம் கவலை மண்டிக் கிடக்கிறது. கலையிழந்து, முகம் குராவிப்போய்த் திரிந்தார்கள். ஊருக்குள் ஒரு சிக்கலென்றால் ஊர் பெரியவர்களிடம் முறையிடுவார்கள். இப்போது ஊர் பெரியவர்களுக்கே ஒரு சிக்கல் வந்து சேர்ந்துவிட்டது. இது நுட்பமான சிக்கல். மண்குடத்திற்கு மேல் கண்ணாடியை வைத்து மொட்டைத்தலை மேல் சுமந்து செல்வது போன்ற நிலை. சிறிய கல்லொன்று இடறிவிட்டால் போதும், இரண்டும் பாழாய்ப் போய்விடும்.

நேற்றுதான் திருவிழா முடிந்தது. அந்த நிகழ்வே பெரியவர்கள் மனதில் ஓடிக்கொண்டிருந்தது. நேற்று சாமி கும்பிடச் சனங்களெல்லாம் சாரை சாரையாகத் திரண்டு வந்திருந்தார்கள். தொண்டியிலிருந்து பட்டுக்கோட்டை செல்லும் வட்டணம் சாலையை அடைத்துக் கொண்டது மக்கள் கூட்டம். இரண்டு மணிநேரம் எந்த வாகனங்களும் ஓடவில்லை. மேளதாளமென்ன, ஆட்டம்பாட்டமென்ன அப்பப்பா.... ஊரே ரெண்டுபட்டுப் போனது. அம்மன் சிங்க வாகனத்தில் ஊர்வலம் கிளம்பினாள். ஊர்வலத்தில் பெண்கள் கலந்து கொள்ளக்கூடாது. பெரும்பாலும் இளவட்டங்களும், நடு வயசுக்காரர்களும் அம்மனுக்குப் பின்னால் ஆர்ப்பரித்துச் சென்றார்கள்.

புதிய பேருந்து நிலையம், மாதாகோயில், கடற்கரைச் சாலை, மகாசக்தி நகர், எம்.ஜி.ஆர் நகர் தோப்பு, சக்கிலியக் குடியிருப்பு, நம்புதாளை ரோடு வரை அம்மனுக்குப் பின்னால் அலைகடலெனக் கூட்டம் சென்றது. அடுத்ததாக, பழைய பேருந்து நிலையம் வந்ததுதான் தாமதம், ஆளாளுக்கு சிதறி ஓடிவிட்டார்கள். அனீஸ் நகர் வழியாக நரிக்குடி பக்கம் சிலர் ஓடிவிட்டார்கள். திருவாடானை சாலையில் உள்ள அரசு உயர்நிலைப் பள்ளிக்குள் சிலர் ஓடி ஒளிந்தார்கள். சிலர் கல்லுக் குளத்துக்குக் குளிக்கப் போய்விட்டார்கள். சிலர் தேநீர் கடைகளில் தஞ்சம் புகுந்தார்கள். பழைய பேருந்து நிலையத்திலிருந்து பாவடி காய்கறி மார்க்கெட் வழியாக கோயிலுக்கு வந்து சேர்ந்தாள் தொண்டியம்மன். அம்மனை

வந்து கோயிலில் இறக்கும்போது, பல்லக்குத் தூக்கிய நான்குபேரும், தட்டுத்தடுமாறி நடந்து வந்த பெரியவர்கள் பத்துபேருமாக, மொத்தம் பதினான்கு பேர்தான் நின்று கொண்டிருந்தார்கள். அருள்பாலிக்கும் ஆத்தாளை கோயில் கொண்டு வந்து சேர்ப்பதற்குள் கூட்டம் கலைந்துபோனதே என்று கூறி பூசாரி ஞானவேல் அழுதேவிட்டார்.

மக்களுக்குப் பக்தி குறைந்துவிட்டதா? அப்படியானால் ஊர்வலம் தொடங்கும்போது மக்கள் கூட்டம் கூட்டமாய் வந்தார்களே எதற்காக? வந்த மக்களெல்லாம் எதற்காக ஊர்வலம் முடிவதற்குள் ஓடிப் போய்விட்டார்கள்? இந்த எல்லாக் கேள்விகளுக்கும், எல்லோரும் விடையறிந்திருந்தார்கள்.

தொண்டியில் 51% இசுலாமியர்களும், 43% இந்துக்களும் வாழ்கிறார்கள். இங்கு இசுலாமியர்களின் ஆதிக்கம்தான் உயர்ந்திருக்கிறது. அரசு பொது மருத்துவமனை, அரசு உயர்நிலைப் பள்ளி, குளம், நூலகம், அரசு அலுவலகங்கள் போன்ற மக்களுக்குப் பயன்படும் முக்கியமானவைகளுக்கு, தன் சொந்த இடங்களைத் தானமாகக் கொடுத்தவர்கள் இசுலாமியர்கள். எனவே இந்து மக்கள் கூட இசுலாமியர்களிடம் அன்பாக நடந்து கொள்வார்கள். ஜமாத் தலைவர் செய்யதலி சொல்வதை இந்து அமைப்புகள் அனைத்தும் மறுப்பேதும் சொல்லாமல் ஏற்றுக்கொள்ளும். காரணம் அவர், தராசுமுள் போன்று நேர்மையாக இருப்பவர். எனவே இந்து, முசுலீம் என்று இதுவரை எந்த மதச்சண்டையும் இங்கு நடந்ததே இல்லை.

இசுலாத்தின் தலையாயக் கொள்கை ஓரிறைக்கொள்கை. உருவ வழிபாடுகளை அவர்கள் ஒப்புக் கொள்வதில்லை. இருந்தாலும் தர்ஹா வழிபாடும், சந்தனக்கூடு இழுக்கும் கந்தூரித் திருவிழாவும் இருந்து கொண்டுதானிருந்தது. பிற்காலங்களில் வந்த த.மு.மு.க மற்றும் தவ்ஹீத் ஜமாத் போன்ற அமைப்புகள் தர்ஹா வழிபாட்டையும், சந்தனக்கூடிழுக்கும் கந்தூரியையும், இந்துக்கள் வழிபடுவது போன்று படையல் வைத்துப் பாத்தியா ஓதும் பழக்கத்தையும் கடுமையாகச் சாடியது. 90% மக்கள் தங்களை பகுத்தறிவில்

உயர்ந்த இசுலாமியர்களாகக் காட்டிக்கொள்வதில் ஆர்வம் காட்டினார்கள். தவ்ஹீத் ஜமாத் துக்காகவே பள்ளிவாசல் கூடக் கட்டப்பட்டது. பள்ளிவாசல்களில் இது சார்ந்த 'பயான்கள்' தொடர்ந்து பேசப்பட்டுக் கொண்டிருந்தன. பள்ளிக்கூடம் செல்லும் சிறுவர்கள் கூட இது குறித்துத் தங்களுக்குள் தர்க்கம் செய்தனர்.

இசுலாமியன் பேசுவது இசுலாமியனுக்கு மட்டுமா கேட்கும். காது உள்ள அனைவரும்தானே கேட்பார்கள். இப்படித்தான் இன்றைய தலைமுறை இந்துக் குழந்தைகளும் இசுலாமியக் கருத்துக்களை உள்வாங்கினார்கள். உடை தொடங்கி உணவு வரை, நோம்புக்கஞ்சி தொடங்கி பெருநாள் பிரியாணி வரை எல்லாம் ஒரு ஈர்ப்பாகத்தானே இருந்திருக்கும். எனவே இசுலாமியர்களுடன் இரண்டறக் கலந்து வாழும் இந்துப் பையன் அவர்கள் முன்னே அவர்களைப்போலத் தன்னைக் காட்டிக்கொள்ளத் துடிக்கிறான். எனவேதான் இசுலாமியர்களின் கடைகள் நிறைந்தத் தெருக்களில் சிலைக்குப் பின்னேச் செல்ல வெட்கப்படுகிறான். அவ்வளவு நேரம் சாமியாகத் தெரிந்த சிலை, இசுலாமியர்கள் கூடியிருக்கும் இடத்திற்குள் வரும்போது கல்லாகத் தெரிகிறது. அதனால்தான் சாமிக்குப் பின்னே வந்த கூட்டம் பழைய பேருந்து நிலையத்துடன் கலைந்து சென்றுவிட்டது. இதற்கு யாரைக் குறை கூறுவது?

ஊர்ப் பெரியவர்களுக்கு இது பெரும் சங்கடமாக இருந்தது. அவனவன் சார்ந்திருக்கும் மதம் அவனவனுக்குப் பெரியது. மற்றொரு மதத்தை ஒப்பிட்டு, தன் மதமும், தன் மதச்சடங்குகளும் பழுதானது என்ற மனக் கோளாறு வந்து சேர்ந்ததால்தானே இவ்வாறு நிகழ்ந்து போனது என்பதை நினைத்துப் பெரியவர்கள் வருந்தினார்கள்.

ஊர் மக்களைக் கூட்டி, மேடை போட்டு, இசுலாமியர்களின் இறைநம்பிக்கையையும், ஈகைப்பண்பையும், மதக் கட்டுபாடுகளையும் மதியுங்கள், அதைக் கற்றுக் கொள்ளுங்கள். ஆனால் நீங்கள் சார்ந்திருக்கும் மதத்திற்கும், மதச் சடங்குகளுக்கும் நேர்மையாக நடந்துகொள்ளுங்கள் என்று சொல்லமுடியுமா? அப்படிச் செய்தால், செய்திகள்

திரிபுகொண்டு வேறு கருத்தாக மாறிப்போகும். அதுவே பெரிய மதச் சண்டையாகிப் போகும். நம்மவர்களின் மனநோய்க்கு மற்றவர்களை இழுத்து எப்படிப் பேசுவது? மாமனும் மச்சானுமாகப் பழகும் இடத்தில் பொல்லாப்பை இழுத்துக்கொள்ள முடியாது. என்ன செய்வது என்று தெரியாமல் ஊர் பெரியவர்கள் தங்களுக்குள் பேசிப் புலம்பிக் கொண்டிருந்தார்கள். கடற்கரை ஆலமரத்தடி 'முதியோர் இல்லம்' போல மாறிப்போனது.

பெரியவர் காட்டுச்சேவல் தொண்டையைச் செருமிக்கொண்டு பேசத் துவங்கினார். அவர் பேசும்போது யாராவது குறுக்குப் பேச்சுப் பேசினால் தன் பேச்சை உடனே நிறுத்திக் கொள்வார். ஊருக்குள் இருக்கும் மூன்று நான்கு 'பழுத்த கொட்டாச்சி' களில் காட்டுச்சேவலும் ஒருவர். படிப்பிலும், வயதிலும் மிகப் பழுத்த பெருசுகளை 'பழுத்த கொட்டாச்சி' என்று சொல்வதுண்டு.

'எப்பா! ஒலகத்துல எத்தன எத்தனையோ மதங்கள் இருக்கு. அந்த மதங்களுக்குள்ள எத்தன எத்தனையோ பிரிவு இருக்கு. அதுக்குள்ளே பலவகையான சாதி, வேற வேற விதமான பூச, சடங்கு. இப்புடி என்னென்னவோ இருக்கத்தான் செய்யுது.'

'ஒவ்வொரு மனுசனுக்கும் ஒரு பிடிமானம் தேவப்படுது. அதுக்குத்தான் இந்த மதமுங்குற துணிய உடுத்திக்கிட்டுத் திரியிறான்.'

'செலரு, அத மானத்த மறைக்கிற கோவணத் துணியாப் பாக்குறான். செலரு, அத அங்கவஸ்திரத் துணியாப் பாக்குறான். துணியத் தூக்கிப்போட்ட அம்மணக்குண்டியும் இருக்குறான். துணிய வித்துச் சோறு திங்கிற துப்புக்கெட்டவனும் இருக்குறான்.'

'நாங்கதான் எங்க மதத்துக்கு காவலா இருக்கிறோம். நாங்க இல்லன்னா இந்த மதம் அழிஞ்சி போயிரும். நாங்கதாம் பெரிய புடுங்கீன்னு திரியுறாங்களே செல மதவெறி புடிச்ச ஈனப் பயலுக, அவெங்கௌாலத்தான் மதங்களும் அதோட கொள்கையும் சீப்பட்டுப் போச்சு.'

'நம்ம ஊருல துலுக்கங்கதானே கூடுதலா இருக்காங்கே. இறை அச்சத்ததானே அந்த மதம் பெருசா வலியுறுத்துது.'

'கர்த்தருக்கு அஞ்சி நடப்பவன் மெய் பாக்கியம் பெற்றவன்னு கிருத்தவம் சொல்லுது.'

'தப்பு செஞ்சா சாமி கண்ணக் குத்திரும்முனு சொல்லி வச்சான் நம்ம ஆளுக.'

'ஏந்தெரியுமா?'

'கடவுள்ன்னு ஒன்ன மனுசன்தாய்யா உருவாக்கினான். ஆதிகால மனுசன், எதெதுக்குப் பயந்தானோ அதையெல்லாம் தெய்வமா வணங்குனான். நீரையும் நெருப்பையும், காத்தையும் மழையையும், நெலத்தையும் வணங்குனான். அந்த அச்சத்தோடே எச்சத்தாலதான் இந்த மதமெல்லாம் கட்டுமானம் பண்ணப்பட்டுருக்கு.'

'எப்பா! முன்னப்போன வாய்க்கால்தான் பின்னப்போகும் நம்ம சரியாக் கத்துக்குடுத்து வளத்தா, வளருற புள்ளைக சரியா வளருமுய்யா! நா ஒரு செய்தி சொல்லுறேன். கருத்தாக் கேக்கணும்.'

'கல்லு இல்லன்னா இந்த ஒலகம் இல்ல.'

'மழ, பெரிய பெரிய மலைகளுல விழுந்து பாறைகள உருட்டிக் கிட்டுப் போகுது. பாறைக ஒன்னோட ஒன்னு ஒரசி ஒரசி மண்ணா மாறுது. மண்ணு, தண்ணியோட சேந்து அருவியாக் கொட்டுது.'

'ஆத்துப்படுகைல சேந்த மண்ணெல்லாம், மழையால பரவுது. மண்ணு நெறஞ்ச மேடு நெலமாக் கெடக்குது. மண்ணு கொறஞ்ச தாவு கடலாக் கெடக்குது.'

'இந்த மண்ணும், கல்லும் இல்லன்னா இந்த ஒலகத்துல ஒரு சீவராசியாவது வாழ முடியுமா? ஒரு செடிகொடி வளருமா? திங்கிறதுக்கு என்ன செய்யுறது? இந்த மண்ணு நமக்கு செய்யுற நன்மைக்கு அதுக்கு நன்றி சொல்லணுந்தானே! அதுக்காகத்தான் இந்த மண்ணத்தந்த கல்ல எடுத்து நமக்கு விருப்பப்பட்ட சாமியாச் செதுக்கிக் கும்புடுறோம்.'

'ஓனக்குச் சாமி மேல நம்பிக்கை இல்லையா? விடு! ஓனக்குச் சோத்தத் தந்தது இந்த மண்ணு. இந்த மண்ணத் தந்தது அந்தக் கல்லு. ஓலகத்துல உள்ள அம்புட்டுக் கல்லையும் மண்ணையும் கும்புட முடியாது. சாமியா இருக்குற இந்தக் கல்லையாவது கையெடுத்துக் கும்பிட்டு ஒரு நன்றி சொல்லிட்டுப்போ.'

'அதுவும் முடியலையா? நம்ம முன்னோர்கள் நம்புன நம்பிக்க ஒன்னு கல்லா நிக்குது. அதுக்கு ஒரு நன்றி சொல்லு.'

'அதுவுமில்லையா? வரலாற எடுத்துப் படிக்கச்சொல்லு, ஓலகத்துலேயே மூத்த மதத்துக்காரன் கல்லத்தான் வணங்கி இருக்குறான். நம்மதான் இன்னும் அந்தத் தொடர்பு அந்துபோகாம இருக்குறோம்.'

'நாமதான் மூத்த குடிமக்கள். அப்புடிச் சொல்லிக் குடுத்தாவது வளத்தோமா?

'பள்ளிக்கூடத்துல ஒன்னாப் படிக்கிற துலுக்கப்பய சொல்லுறது நம்ம பய புத்தியில ஏறுறதுக்கு முன்னால, அவனுக்கு நம்ம செல புத்திமதிய ஏத்திவிட்டுருக்கனுமுல்லஞ் செஞ்சோமா?'

'மொதல்ல நமக்குக் கூறு வேணும்...., பொறவுதான புத்தி சொல்ல முடியும்.'

'அடிக்கடி புள்ளைங்கள கூப்புட்டுப் பேசணும். அப்புடிப் பேசுனாத்தான் அவன் மனசுல என்ன இருக்குதுன்னு தெரியும். வெந்ததத் திண்டுப்புட்டு விதிவந்தாச் செத்துப் போகலாமுன்னு வாழுறப் பித்துக்குளிக் கூட்டம் நீங்க! நீங்களெல்லாம் ஒருகாலும் திருந்த மாட்டீங்க!'

'நம்ம மதத்துப் பையன் வழிதவறிப் போறான்னா, கொற நம்மல்ட்ட இருக்குன்னுதானே அர்த்தம்.'

'வேருல வெசத்தப் பாச்சிட்டு விருச்சத்த நஞ்சுன்னு சொல்லுறது நியாயமா இருக்குமா?'

'துலுக்கனுக்கு குர்ஆன் தெரியுது. கிருத்துவனுக்கு பைபிள் தெரியுது. நம்ம புள்ளையளுக்கு ஒரு தேவாரம், திருவாசகம் தெரியுதா?'

'நம்ம போயி அடுத்த மதத்துக்காரன கொற சொல்லலாமா?'

காட்டுச்சேவல் தொடர்ந்து பேசிக் கொண்டிருந்தார். பலருக்கும் மனதில் சம்பட்டி கொண்டு அடித்தது போலத்தான் இருந்தது. என்ன செய்வது? உண்மைகள் எப்போதும் அப்படித்தான் இருக்கும்.

'எப்பா! நம்ம மதம்தான் இப்புடிச் செதறிப் போய்க் கெடக்குதுன்னு நினைக்காதீங்க!'

'அல்லாவால அருளப்பட்டதுன்னு சொல்லுற திருக்குர்ஆன்ல உள்ள செல சூராக்கள இலங்கைல உள்ள முசுலீம்மாருங்க ஏத்துக்குறது இல்ல.'

'செல கிருத்தவ நாட்டுல வாழுற கிருத்தவங்க பழைய ஏற்பாட்ட ஏத்துக்குறது இல்ல.'

பட்டெனப் பேச்சைத் துண்டித்தவர், தன் தொடைமீது இருகைகளையும் அடித்துக்கொண்டு கலகலவெனச் சிரித்து விட்டுச் சொன்னார்.

'நான் இங்க உள்ளவன முசுலீமா ஏத்துக்குறது இல்ல. இவன் என்ன மக்காவுல இருந்து வந்தானா? மதீனாவுல இருந்து வந்தானா? படையெடுப்புல பெருகிப்போனவன் பாதி, பஞ்சத்துக்கு மதம் மாறுனவன் பாதி.'

'இசுலாமியன் இல்ல, இசுலாமானவன்னு சொல்லுறது தான் சரியா இருக்கும்.'

'இவுக வேரூண்டி நிக்கிறாக..., வெத எங்க இருந்து வந்துச்சுன்னு மறந்துட்டாக...'

'முசுலீம் கடைத்தெருவு வந்ததுதான் தாமதம். சாமியத் தனியா விட்டுட்டு எல்லாரும் ஓடிபோய்ட்டாங்கெளே! எனக்கு மனசு ஆறலப்பா சாமி!'

'முசுலீம்களோட உறவாடி திரியுறாங்களே! நா ஒன்னு கேக்குறேன்...'

'நா ஒக்காந்து ஆடு, கோழி வெட்டுனா, அவன் காசு குடுத்து வாங்குவானா?'

'படையல் வச்சப் பொங்கலக் குடு, அவன் வாங்கித் திம்பானா?'

'நம்ம அவன் குடுக்குற பிரியாணிய வெக்கமில்லாம வாங்கித் திம்போம். இன்னும் சொல்லணுமுன்னா சொல்லிமாளாது.'

'அவன் நம்மல 'காஃபீர்' ன்னு சொல்லுராய்யா. இந்த மாமன் மச்சானு ஒறவு கொண்டாடுறதெல்லாம், வெறும் வாயில வெத்தல போட்ட கததான்.'

'எப்பா! அந்த டக்காசு கடைக்கி எதுத்தமாரி பளீல் கறிக்கட இருக்குதே...'

காட்டுச்சேவல் பேசிக் கொண்டிருக்கும் போது பெரியவர் கணபதி குறுக்கிட்டார்.

'அண்ணே! இருந்தாலும் நீ, இந்த பாய்மார்கள கொறச்சுத்தான் பேசிப்புட்ட. எனக்கென்னவோ நீ பேசுனது சரியாப்படல.' என்றார்.

இதற்குமேல் காட்டுச்சேவல் பேசமாட்டார் என்று அனைவருக்கும் தெரியும். அனைவரும் கணபதியைத் திட்டினார்கள்.

'அவரு நல்லாத்தானே பேசிக்கிட்டு இருந்தாரு. பாய்மார்களப் பேசுனா ஒனக்கு எதுக்குப் பொச்சி நோகுது? மூடிக்கிட்டு இருக்கணும். குத்துற குத்துல கடவா கெழண்டு போகும்.' ஆளாளுக்குக் கணபதியை ஈ மொய்ப்பது போல மொய்த்தார்கள்.

பொதுவாகக் கற்றவர்கள் மதவாதிகளாக இருந்தால், தான் சார்ந்துள்ள அந்த மதத்துக்காக இன்னொரு மதத்தின் கொள்கைகளைக் கீழிறக்கி அதனை மலினப்படுத்தும் செயலைப் போகின்ற போக்கில் செய்துவிடுவார்கள். இவர்களைத்தான் மத அடிப்படைவாதிகள் என்று கூறுவது. என்னதான் மதிப்பிற்குரியவராக இருந்தாலும் காட்டுச்சேவல் ஓர் அடிப்படைவாதம் பேசும் மதவாதி என்பதில் யாருக்கும் இருவேறு கருத்துக்கள் இல்லை.

எல்லோரும் தொண்டியம்மன் கோயிலுக்குச் சென்று வரலாம் என்று கிளம்பினார்கள். போகும் பாதையில் காட்டுச்சேவல் கணபதியின் தோள் மேல் கையைப் போட்டுக் கொண்டு, 'நாம் இருவரும் தனியாகப் பேசலாம்' என்றார். தான் சொன்னது தவறாகத் தெரிந்தால், தெளிவு பெறவேண்டிய கேள்விகளைத் தயார்படுத்தி வைத்துக்கொள். நேரம் கிட்டும்போது விரிவாகச் சொல்கிறேன் என்றார். மற்றவர்கள் திட்டினாலும் காட்டுச்சேவல் தன்னைத் திட்டவில்லை என்பதில் கணபதிக்கு மகிழ்ச்சி.

அனைவரும் தொண்டியம்மன் கோயிலுக்குள் நுழைந்தார்கள். வாசலுக்கு அருகில் அமர்ந்திருந்த தொண்டியம்மாளும், சாந்தியும் எழுந்து நின்று பெரியவர்களுக்கு வணக்கம் சொன்னார்கள்.

## பகுதி – 8

அமுதா, இரவோடு இரவாகக் கன்னியாகுமரிக்குச் செல்லும் பேருந்தில் ஏறினாள். இராமநாதபுரம் தூத்துக்குடி திருநெல்வேலி வழியாக நாகர்கோயிலுக்குச் சென்று சேர்ந்த போது காலை ஐந்துமணி ஆகிவிட்டது. நாகர்கோயிலில் 'ஒழுகின சேரி' என்ற பகுதியில், அமுதாவின் அத்தை கலைவாணியின் வீடு உள்ளது. ஒரு ஆட்டோவில் ஏறி கலைவாணியின் வீட்டுக்கு வந்து சேர்ந்தாள்.

அமுதாவைப் பார்த்த கலைவாணி அதிர்ச்சியில் உறைந்து போனாள். கணவன் செத்து மூன்று நாள்தான் ஆகிறது. துக்கம் விசாரித்துப்போகத், தெரிந்தவர்களும் உறவுக்காரர்களும் வருவதும் போவதுமாக இருப்பார்கள். இந்நிலையில் இவள் வீட்டில் இல்லாமல், இங்கு வந்து நிற்கிறாளே! ஊர் மக்கள் தவறாகப் பேசமாட்டார்களா? இது முறையான செயல் இல்லையே! என்று மனதில் நினைத்து வருந்தினாள். இதை அமுதாவிடம் கேட்க முடியாது. அவள் எப்போது எந்த குணத்தில் இருப்பாள் என்பது கலைவாணிக்குத் தெரியும். அமுதாவைக் கட்டியணைத்துக் கண்ணீருடன் வரவேற்றாள். தேநீர் கொடுத்தாள். அமுதா குளித்துவிட்டு வந்து மேசையின் முன் அமர்ந்தாள்.

தேங்காயுடன் ஆறு காய்ந்த மிளகாய்களை நெருப்பில் சுட்டு, புளி, இஞ்சி, பூண்டு, உப்புப் போட்டுத் துவையல் அரைத்து, முறுகலாக இரண்டு தோசை போட்டுக் கொடுத்தாள் கலைவாணி. அமுதாவுக்கு இந்தத் துவையல் மிகவும் பிடிக்கும். அமுதா ஒன்றும் பேசாமல் சாப்பிட்டு

முடித்துவிட்டு எழுந்து வெளியே சென்றாள். அமுதா எதற்காக இங்கு வந்தாள்? எங்கே செல்கிறாள்? ஒன்றும் புரியாதவளாய் நின்றிருந்தாள் கலைவாணி. வாய்விட்டுக் கேட்கவும் அஞ்சினாள்.

அமுதா திருநெல்வேலியில் பிறந்து வளர்ந்தவள். அமுதாவுக்குப் பதினைந்து வயதாகும்போது அவள் தாயார் சுகந்தி இறந்துபோனாள். தந்தை ரெத்தினம் பெரிய வைர வியாபாரி. மனைவி இறந்த மூன்றாவது மாதத்தில் மறுமணம் செய்து கொண்டார். அமுதா, வீட்டில் இருக்கப் பிடிக்காமல் நாகர்கோயிலில் உள்ள தன் அத்தை கலைவாணி வீட்டிற்கு வந்து தங்கிவிட்டாள். தந்தை ரெத்தினம் தன் மகள் அமுதா மீது அளவு கடந்த அன்பு கொண்டிருந்தார். எத்தனையோ முறை தன்னோடு வந்துவிடும்படிக் கெஞ்சினார். அமுதாவின் மனம் ஒரு கடுகளவு கூட இரங்கவில்லை. அவள் செல்வச் செழிப்பில் வளர்ந்தவள். ஆதலால் பிடிவாதகுணம் நிறைந்தவளாகத்தான் இருந்தாள். அதிகம் பேசமாட்டாள். பேசினால் சுருக்கெனச் சுடுவது போலப் பேசுவாள். அடிக்கடி வந்து வீட்டுக்கு அழைத்துக் கொண்டிருந்தத் தன் தந்தையை ஒரு நாள் கடுமையாகப் பேசிவிட்டாள் அமுதா.

'தூ... நீயெல்லாம் ஒரு அப்பனா லே? கல்யாண வயசுல ஒரு பொண்ண வச்சுக்கிட்டு, ஒனக்குப் பொண்டாட்டி சோகம் கேக்கோ?'

'நாளைக்கி நாங் கல்யாணம் பண்ணிப் புள்ளபெத்துக் கெடப்பேன்... ஓம் புதுப்பொண்டாட்டியும் ஒரு புள்ளப்பெத்துக் கெடப்பா... ரெண்டு புள்ளைகளையும் ஒரு தொட்டில்ல போட்டு ஆட்டலாமுனு நெனக்கியோ?'

'படுக்கவெறி புடிச்சவனுக்கு, புதுப்பொண்டாட்டிக்கும் பெத்தபுள்ளைக்கும் வித்தியாசம் தெரியுமா?' என்றாள்.

ரெத்தினம், அமுதாவின் கன்னத்தில் 'பளார்' என்று ஓர் அறை விட்டார்.

'நாம்பெத்த புள்ள என்னைய இப்புடிப் பேசுமுன்னு நான் நெனைக்கெலே.'

'ஓங்க அம்மா பேருல உள்ள சொத்து எல்லாத்தையும் உம்பேருல மாத்தி எழுதித் தந்துடுறேன்.'

'இனிமே ஒனக்கும் எனக்கும் செத்தா வந்தா இல்ல.' என்று கூறிவிட்டுச் சென்றுவிட்டார்.

அத்தை கலைவாணி, அமுதாவின் மனதைப் புரிந்து கொண்டாள். பேச்சுக்காக எல்லோரையும் 'அம்மா' என்று விளிக்கலாம். ஆனால் யாராலும் பெற்ற தாயின் இடத்தை ஈடு செய்துவிட முடியாது. அமுதா இழந்தது ஓர் ஈடு செய்யமுடியாத இழப்பு. ஒரு பெண்ணுக்கு இந்த வயதில்தான் தாயின் துணை பெரிதும் தேவைப்படுகிறது. 'தாயில்லாப் பிள்ளை' என்று ஒருவரைச் சுட்டிக்காட்டும் போது, அதைக் கேட்பவர்களே மனம் வாடிப் போகிறார்களே! அப்படியானால் அப்பிள்ளைகளின் நிலை!

தாய்தான் ஒரு சமூகத்தைக் கட்டமைக்கிறாள். குடும்பங்களின் தொகுப்புதானே சமூகம். ஒரு குடும்பம் உயர்ந்தால் இந்தச் சமூகத்தின் ஓர் அங்கம் உயர்கிறது என்பதுதானே பொருள். ஒருவனைப் போற்ற வேண்டுமென்றால் 'உன்னை, உன்னுடைய தாய் நன்றாக வளர்த்திருக்கிறாள்' என்கிறான். தூற்ற வேண்டுமென்றால் 'அந்த மகனே, இந்த மகனே' என்று அவன் தாயைத்தானே முதலில் தூற்றுகின்றான். சமூகக் கட்டமைப்பில் தாய்க்கு உண்டான பொறுப்பும் மதிப்பும் மிகப்பெரியது. அமுதா தன் தாயின் நினைவிலிருந்து மீளமுடியாமல் வாடி வதங்கிப் போனாள்.

சிலமாதங்களுக்குப் பிறகு, நாகர்கோயில் 'ஈத்தாமொழி' யில் தொழிலதிபர் அழகர்சாமி மகளுக்குத் திருமணம் நிகழ்ந்தது. பணக்காரவீட்டுக் கல்யாணம். முக்கியமான ஆட்கள் மட்டுமே அழைக்கப்பட்டிருந்தார்கள். கலைவாணியின் கணவர் ஞானசேகரனும் தொழிலதிபர் அழகர்சாமியும் பள்ளித் தோழர்கள். எனவே ஞானசேகரன் குடும்பத்திற்கும் அழைப்பு வந்திருந்தது. கலைவாணியைத் திருமணத்தில் கலந்து கொள்ளும்படிச் சொல்லிவிட்டு, ஓர் அலுவலக வேலையாகப் பெங்களூருக்குப் போயிருந்தார் ஞானசேகரன். அழகர்சாமியின் குலவழக்கப்படி திருமணத்தைப் பகலில் வைப்பதில்லை. இரவில்தான் நடத்துவார்கள். கலைவாணிக்கு இரவில் தனியே தான் மட்டும் திருமணத்துக்குச் செல்ல மனமில்லை. அமுதாவையும் அழைத்தாள். அறைக்குள்ளேயே முடங்கிக்கிடந்த அமுதா, ஒரு மாறுதலாக இருக்குமென்று அத்தையுடன் கிளம்பினாள். புத்தாடைகள், நகைகள் அனைத்தையும் பையில் எடுத்துக் கொண்டு கிளம்பினார்கள்.

அழகர்சாமியின் வீடு ஒளி வெள்ளத்தில் மிதந்தது. இது வீடா? ராசாக்கள் அரண்மனையா? என்று மூக்கின் மீது விரல்வைத்துக் கேட்கும்படி அமைந்திருந்தது அந்த மாளிகை. அங்குத் தமிழ்நாட்டின் பிரபல பாடகர்களெல்லாம் பாடிக்கொண்டிருந்தனர். தடபுடலான விருந்து ஏற்பாடுகள் நடந்து கொண்டிருந்தது. திருமணத்துக்கு

வந்தவர்களுக்கெல்லாம் பரிசுகள், குழந்தைகள் விளையாடுவதற்காக ஊஞ்சல்கள், இராட்டினங்கள். வந்தவர்கள் அனைவருக்கும் தனித்தனி அறைகள். அதைக்காட்டிலும் மதுப்பிரியர்களுக்காக, புல்வெளி மைதானத்தில் ஆங்காங்கே குடில்கள் அமைக்கப்பட்டு, வண்ண வண்ண விளக்குகளால் அலங்கரிக்கப்பட்டு, வெளிநாட்டு மதுபானங்கள் ஆறாய்ப் பெருக்கெடுத்து ஓடிக் கொண்டிருந்தது. நடனக்கலைஞர்கள் போட்ட ஆட்டத்தால், குடிகாரப் பெருமக்களெல்லாம் குதூகலக் கூத்தாடினார்கள். கலைவாணியும் அமுதாவும் வியப்பில் ஆழ்ந்து, எதைக்கண்டு ரசிப்பது, எங்கு சென்று அமர்வது, என்ன செய்வது என்று அறியாதவர்களாய்த் திக்குமுக்காடிப் போனார்கள். முதலில் ஆடைகளை மாற்றிக்கொண்டு வரலாம் என்று, அமுதாவும் கலைவாணியும் அவர்களுக்காக ஒதுக்கப்பட்ட அறைக்குச் சென்றார்கள்.

பெரிய அறை. நாலாபுறமும் கண்ணாடி வேலைப்பாடு. தேவதச்சன் மயன் வந்து கட்டினானோ! என்று வியக்கும் வகையில் அமைந்த மிக நேர்த்தியான வடிவமைப்பு. கலைவாணி அவதி அவதியாய் உடுப்பை மாற்றினாள். நகைகளை எடுத்து அணிந்து கொண்டாள்.

'கொறத்தி வாடி என் குப்பி ஞாங் ஞாங் ஞாங் ஞாங்' என்ற பாடலைப் பிரபல பாடகர்கள் பாடிக் கொண்டிருப்பது கலைவாணியின் காதுகளில் சன்னமாக ஒலித்தது. தனக்குப் பிடித்த பாடலைக் கேட்டவுடன் பரபரப்பாகிப்போனாள். அமுதாவை விரைவாகப் புறப்பட்டுவரும்படிக் கூறிவிட்டு, கச்சேரி மேடையை நோக்கி ஓடிய கலைவாணி, அறையின் கதவைச் சாத்திவிட்டுச்செல்ல மறந்துபோனாள்.

அமுதா, தனக்குப் பிடித்தமான அந்தத் தாவணியை உடுத்திக் கொண்டிருந்தாள். பாவாடையும் சட்டையும் மயில் கழுத்து நிறம். தாவணி தங்க நிறம். முக்கால்கைச் சட்டையின் இரண்டு கைகளிலும் தங்க நிறத்தில் மணி வேலைப்பாடு. தாவணி முழுக்க தங்கச் சரிகை வேலைப்பாடு. தாவணியில் ஓரத்தில் தங்க நிற முத்துகள் கோர்த்துத் தொங்கவிடப் பட்டிருந்தது. அமுதாவின் எடுப்பான சிவத்த நிறத்துக்கு

இந்த உடுப்பு மிக மிடுக்காக இருக்கும். பாவாடைச் சட்டை அணிந்துகொண்டு தாவணியை உடுத்தப் போனவள், மெத்தையில் பந்தாக உருட்டப்பட்டு கூடையில் வைக்கப்பட்டிருந்த மதுரை மல்லியைக் கண்டாள். தொட்டுத் தூக்கும்போதே மணம் ஆளைத்தூக்கும், அதுதான் மதுரை மல்லிக்கு உண்டானத் தனிச்சிறப்பு. பூவை எடுத்துத் தலைநிறைய சூடிக்கொண்டாள். தலையில் தொங்கிய பூவை முன்பக்கக் கழுத்தில் எடுத்துப் போட்டுக் கொண்டு தன் இளமையின் மிடுக்கைக் கண்ணாடியில் பார்த்தாள்.

சட்டென்று விளக்கில் விழுந்த விட்டிலாய்த் துள்ளினாள். முதுகுக்குப் பின்னால் தொண்டி தனசேகரன் நின்றிருந்தான். குடிபோதையில் கண்கள் சிவந்திருந்தது. சிவந்திருந்த கண்ணில் காமம் குடிகொண்டிருந்தது. முறுக்கிய மீசை. அடர்ந்த அளவான தாடி. கழுத்தில் கனத்த தங்கச் சங்கிலி. சீமைச்சரக்கில் குளித்து வந்ததைப் போன்று உடலெல்லாம் மதுவாடை. நம்பியாருக்குப் பின்னால் கைகட்டிக்கொண்டு நிற்கும் அடியாளைப் போல தாட்டியமான உருவம். தினவெடுத்த மிருகம் போல இருந்தது அவனது முகபாவம்.

அமுதாவைப் பின்புறமாக இறுக்கிக் கட்டிப் பிடித்தான். பூவோடு உறவாடுக்கொண்டிருந்த அவள் முன்கழுத்தில் தன் முகத்தைப் பதித்தான். பூ வாடையோடு சேர்த்து அவள் உடல் வாடையையும் ஒன்றாக முகர்ந்தான். தன் உயிரையே ஒரே மூச்சில் உறிஞ்சியது போல இருந்தது அமுதாவுக்கு. துள்ளினாள், திமிறினாள். சட்டையின் மணிகளெல்லாம் அந்து உருண்டன. சட்டையின் இரண்டு முன் பொத்தான்கள் தெறித்து விழுந்தது. அமுதாவைப் பந்து போலத் தூக்கி மெத்தை மேல் எறிந்தான்.

'அம்மா... அம்மா...' என்று கதறினாள். தூண்டில் மீனாய்த் துடித்தாள். தன்னைக் காத்துக் கொள்ளும் போராட்டத்தில் கையில் கிடைத்தவற்றைக் கொண்டு அவனைத் தாக்கினாள். அவன் போதையில் தடுமாறிய சிறிது நேரத்தைத் தனதாக்கிக்கொண்ட அமுதா, தன் தாவணியை எடுத்து மார்போடு இறுக்கிப் பிடித்துக்

கொண்டு, கதவைத் திறந்துகொண்டு வெளியே ஓட முயன்றாள். அதற்கு முன்னதாகவே அமுதாவின் அலறல் கேட்டவர்கள் கதவை உடைக்க ஆயத்தமாக வெளியே நின்றிருந்தார்கள். கதவைத் திறந்த அமுதா, தனக்கு எதிரே இத்தனை மனிதர்கள் கூடியிருப்பதைப் பார்த்துக் கூனிக் குறுகிப்போனாள். கூட்டத்தை விலக்கிக்கொண்டு வந்த கலைவாணிக்கு நெஞ்சம் கருகிப் போனது.

'தெய்வமே.... எம்புள்ள இப்புடி நிக்கே....' என்று கதறியழுதாள். கல்யாணத்துக்கு வந்த கூட்டம் பஞ்சாயத்துக் கூட்டமாக மாறிப்போனது. தனசேகரனுக்கு போதைத் தெளிந்தது. அவன் ஒரு வார்த்தைகூடப் பேசவில்லை. அமுதாவுக்கு கண்ணீரைத்தவிர பேச வேறு மொழியே இல்லை. அமுதாவின் தந்தை ரெத்தினம் கன்னியாகுமரியிலிருந்து வரவழைக்கப்பட்டார். ரெத்தினம் அழுத அழுகையைப் பார்த்து சனங்களெல்லாம் கண்ணீர் விட்டது. அமுதா ரெத்தினத்தைப் பழித்துப் பேசியதும், அவரை வெறுத்ததும் உண்மையேயானாலும், தன் தந்தை தனக்காக அழுவதைப் பார்த்ததும், ஓடிச்சென்று அவர் கால்களைக் கட்டிக் கொண்டாள். குஞ்சிகள் மிதிப்பதனால் கோழிகள் செத்துவிடுமா என்ன?

தனசேகரனின் பெரியப்பாதான் தொழிலதிபர் அழகர்சாமி. தனசேகரன் தொண்டியில் இருந்த காலங்களை விடத் தன் பெரியப்பாவோடு நாகர்கோயிலில் இருந்த காலங்கள்தான் அதிகம். அழகர்சாமி சொல்வதுதான் அவர்கள் மொத்தக் குடும்பத்திற்கும் வேதம். அழகர்சாமி, தனசேகரனின் சட்டையை நெஞ்சோடு சேர்த்துக் கொத்தாகப் பிடித்தார். அவர் காலில் விழுந்து மன்னிப்பு கேள்! என்று ரெத்தினத்தின் முன் தள்ளிவிட்டார். தன் காலில் விழுந்து கிடந்த தனசேகரனை ரெத்தினம் கண்டுகொள்ளவில்லை. தன் மகளைக் கட்டிக்கொண்டு வாய்விட்டு அழுதுகொண்டிருந்தார்.

பூ, பழம், வெற்றிலை, பாக்கோடு ஒரு தாம்பூலத் தட்டை நீட்டினார் அழகர்சாமி. ரெத்தினத்திற்கு என்ன சொல்வதென்று தெரியவில்லை.

'ரெத்தினம், இது பொம்புளப் புள்ள விவகாரம். நாளைக்கி பெத்தவங்கதான் தல குனிஞ்சி நிக்கனும். எந்தம்பி மகன் செஞ்ச தப்புக்கு நான் உங்களுட்ட மன்னிப்பு கேட்டுக்குறேன்.'

'பெண் பாவம் பொல்லாதது, எங்கொலமே அழிஞ்சி போகும். பெரியமனசு பண்ணி எங்க பையன ஓங்க வீட்டு மருமகனா ஏத்துக்கனும்.' என்று பணிவான குரலில் சொன்னார் அழகர்சாமி. யாரும் எதுவும் பேசவில்லை. நெடுநேர அமைதியைக் கலைத்தாள் கலைவாணி. தாம்பூலத்தைக் கையில் வாங்கிக் கொண்டு 'ஒரேமேடையில ரெண்டு கல்யாணத்தையும் நடத்திடுங்க' என்றாள். திருமணத்துக்கு வந்தவள் மணமகளாகிப் போனாள்.

திருமணம் நிகழ்ந்தது. தொண்டியில் சென்று குடியேறினார்கள். அமுதாவுக்கு தனசேகரனைப் பார்க்கவே வெறுப்பாக இருந்தது. தனசேகரன் குற்றவுணர்வுடன் திரிந்து கொண்டிருந்தான். திருமணம் ஆகி இரண்டு ஆண்டுகளுக்குப் பிறகுதான் இருவரும் இணைந்து வாழ்ந்தார்கள். இருப்பினும் இருவருக்கும் குழந்தை இல்லை. தனசேகரனுக்கு இன்னுமொரு திருமணம் செய்துவைக்க குடும்பத்தில் உள்ளவர்கள் விரும்பினார்கள். ஆனால் அமுதா அதை ஒப்புக்கொள்ளவில்லை. அவள் ஒப்புக்கொள்ளும் காலம் வரும் போது தனசேகரன் உயிரோடு இல்லை. அமுதா, தான் ஆசைப்பட்ட எதையும் அடைந்ததில்லை. வறுமையின் நிழல் கூடப் படாமல் வளர்ந்த அமுதா, நிராசைகளால் பரமஏழையாகவே வாழ்ந்தாள். இப்போது அந்த வாழ்க்கையையும் இழந்து நிற்கிறாள்.

அத்தை கலைவாணியின் வீட்டிலிருந்து வெளியே வந்த அமுதா, பொடிநடையாக நடந்து வடசேரியை அடைந்தாள். வடசேரி காவல் நிலையத்துக்குப் பின்புறம் இருக்கும் இராஜேந்திரனின் வீட்டை அடைந்தாள். இராஜேந்திரன் திறமையான சோதிடர். மை, மாந்திரீகம், தாந்திரீகம், ஏவல், பில்லி சூனியம் என்ற பலவற்றையும் அறிந்தவர். வடநாட்டில் இருந்து நுட்பமான செய்வினைகளைக் கற்றுக் கொண்டு வந்தவர். தான் கற்ற வித்தையால் பத்து மக்கள் நலம் பெற

வேண்டும் என்று நினைப்பவர். பணத்திற்கு ஆசைப்பட்டு உயிர்களை வருத்தும் செயலை அவர் செய்வதில்லை. இராஜேந்திரனின் அறையிலிருந்து மணப்பொருத்தம் பார்க்கவந்த இருவர் வெளியே வந்தார்கள். பிறகு அமுதா அந்த அறைக்குள் நுழைந்தாள். இராஜேந்திரன், வணக்கம் கூறி அமரச் சொன்னார். அறைக்குள் வெளிச்சம் இல்லை. மூன்று அடியில் இரு குத்துவிளக்குகளும், நான்கு அடியில் இரு குத்துவிளக்குகளும் சுடர்விட்டுக் கொண்டிருந்தன. இராஜேந்திரன் வடக்குப் பார்த்து அமர்ந்திருந்தார். அவர் முதுகிற்கும் கைகளுக்கும் மெத்தைகள் இருந்தன. சட்டையில்லாத மேனி, மாநிறம், கருப்பு வேட்டி, உடலெங்கும் திருநீறு. அவரது இடதுகால் சூம்பிப்போய் இருந்தது. அவருக்கு நேர் எதிரே, சொம்பில் நூல் சுற்றி அதன் மேல், நூல் சுற்றிய தேங்காய் இருத்தப் பட்டிருந்தது. அதுபோல பதினோரு சொம்புகள் இருந்தன. எங்குப் பார்த்தாலும் மஞ்சள் மலர்கள் தூவப் பட்டிருந்தன. இடது கைப்புறமாக இரண்டு அடி உயரம் கொண்ட அம்மன் சிலை இருந்தது. அது நெஞ்சிலிருந்து தலை வரை உருவம் கொண்டிருந்தது. அது ஒரு விமான பீடத்தினுள் இருந்தது. அவர் காலுக்கு அருகே நூல் சுற்றப்படாத ஒரு செம்பு இருந்தது. சுவரெங்கும் சாமிப்படங்கள் தொங்கிக் கொண்டிருந்தன. எதற்காக வந்தீர்கள்? என்ன செய்ய வேண்டும்? என்று வினவினார் இராஜேந்திரன். அமுதா, நீண்ட அமைதிக்குப் பிறகு 'எம் பேரு அமுதா. எனக்குக் குறி பாக்கணும்' என்று கூறினாள்.

'சில்லறைக் காசு இருந்தா ஒன்னு குடுங்கம்மா' என்றார். தன் பையிருந்து ஒரு ரூபாய் நாணயத்தை எடுத்துக் கொடுத்தாள். சொம்பை எடுத்துத் தனக்கு எதிரே வைத்துக்கொண்டு, வலதுகையில் காசை உயர்த்திப் பிடித்துக் கொண்டு சில மந்திரங்களை உச்சாடனம் செய்தார். அவர் இடதுகை, வலதுகையைத் தாங்கிப் பிடித்துக் கொண்டிருந்தது. சில வினாடிகளில் செம்பிற்குள் நாணயத்தைப் போட்டுவிட்டு

'சக்தி! அமுதாங்குற இந்த அம்மாவுக்குக் குறி கேக்கலாமா?'

'......'

'சக்தி! அமுதாங்குற இந்த அம்மாவுக்குக் குறி கேக்கலாமா?'

'.....'

'அம்மா! உத்தரவு கெடைக்கலையே! சுத்த பத்தமாத்தானம்மா இருக்கீங்க?' என்று வினவினார் இராஜேந்திரன். தான் சுத்தமாக இருப்பதாகக் கூறினாள் அமுதா.

'எதாவது உயிர் பிரச்சனையோ, தீட்டோ இருந்தா குறி கிட்டாது.'

'சரி! ஒங்க பக்கத்துல உள்ள கனிய (எலுமிச்சை) எடுத்து கைல வச்சி சாமி கும்பிட்டுட்டு குடுங்கம்மா.'

'எலுமிச்சங் கனிய எலி கடிக்காது பாருங்க! எலி கடிக்காதக் கனியில குறி கிட்டும்.' என்றார். அமுதாவும் அவ்வாறே செய்தாள். முன்பு போலவே மந்திரம் கூறிவிட்டு கனியைச் செம்புக்குள் போட்டார்.

'சக்தி! அமுதாங்குற இந்த அம்மாவுக்குக் குறி கேக்கலாமா?'

'கினி கினி' என்று செம்பு ஆடியது.

'சக்தி! காசுபோட்டு கூப்பிட்டேனே அப்போ ஏம்மா உத்தரவு தரல?'

'கினி கினி' 'கினி கினி' 'கினி கினி' என ஆடிக்கொண்டே இருந்தது செம்பு.

'சொல்லுமா! அப்புடியாம்மா?' என்று சாமியுடன் பேசிக்கொண்டிருந்தார்.

சில நிமிடங்களுக்குப்பிறகு இரு கைகளையும் பிசைந்து கொண்டு அமுதாவுடன் பேசினார் இராஜேந்திரன்.

'மூனு நாளுக்கு முன்னாடிதான் ஒங்க வீட்டுக்காரரு எறந்து போனாராம்மா? அதுதான் குறி வரல. சாவுத்தீட்டு இன்னும் முடியலம்மா. நீங்க பட்ட பாட்டையெல்லாம் சக்தி சொண்ணுச்சும்மா. ஒங்க வாழ்க்கையே சுடுகாடாப்போச்சு. இது எல்லாம் உங்க முன்னோர்கள் செஞ்ச பாவக்

கணக்கும்மா அதுக எல்லாம் ஒங்க தலையில வந்து விடியனுமுன்னு விதி'

'நாம செய்யுற ஒவ்வொரு பாவத்துக்கும் கணக்கு இருக்குதும்மா. நம்ம முன்னவுக செஞ்ச பாவமெல்லாம் ஜென்மப் பாவமா மாறி நம்ம வம்சாவளிகளத் தாக்குது.'

'சஞ்சித வினைகளைக் கழிக்கிறதுக்காக மனுசப் பிறப்பெடுத்து வாறோம். இந்தப் பூமியில வந்து நாம அனுபவிக்கிற வினைக்குப் பிராரத்த வினைன்னு பேரு. நாம வாழுற இந்த வாழ்க்கையில, நாம இன்னும் பல வினைகளச் சேக்குறோமே அதுக்கு ஆகாமிய வினைன்னு பேரு. இப்புடித்தான் மனுசன வெனபுடிச்சு ஆட்டுது.'

'ஒலகத்துல எவனும் பாவம் பண்ணாம வாழ முடியாது. இந்த ஜென்மப்பாவமுன்னா என்னனு கேட்டீங்களா! பெரிய பெரிய பாவமெல்லாம் என்னன்னு உங்களுக்குத் தெரியும். ஆனா நம்ம சாதாரணமா செய்யுற பாவமும் ஜென்ம பாவத்துல சேரும்.'

'மரத்த வெட்டுறது, மரத்த வெட்டக்கூலி வேலைக்குப் போறது, பாம்பக் கொல்லுறது, கண்ணுக்குட்டிக்கு பால் குடுக்காம நம்மளே அம்புட்டையும் பீச்சிக்கிறது, பொய் சாட்சி சொல்லுறது, அடுத்தவன் பொண்டாட்டிய பெண்டாளுறது, பெண்டாள நெனைக்கிறது, ஆத்துல அம்மணமா குளிக்கிறது, துறவிகள ஏசுறது, தெய்வத்த நிந்திக்கிறது, ஒரு பொண்ணோட பழகிட்டுப் பெறகு வேண்டாமுனு சொல்லுறது. இப்புடி எத்தன எத்தனையோ இருக்கும்மா.'

'ஒங்கப் பரம்பரையில யாரோ ஒருத்தர், கல்யாண நம்பிக்கக் காட்டி ஒரு பொண்ணுக்குக் கொழந்தையக் குடுத்துட்டு, அவ வாயும் வயுறுமா நிக்கும் போது, இவளுக்கும் எனக்கும் எந்தத் தொடர்பும் இல்ல, இவளை நான் தொடவே இல்லன்னு கற்பூரத்த அடிச்சுச் சத்தியம் பண்ணி, ஊர் பஞ்சாயத்துல அவளத் தகாத மொறையில பேசி ஊரவிட்டே ஓடவிட்டிருக்கான்.'

'அந்தப் பாவம் மட்டுமில்லாம ஒங்களுக்குப் புருசனா வாச்சவனும் எம்புட்டோ பாவங்கள ஏந்திக்கிட்டவன்தான்.'

'எல்லாஞ் சேந்து ஒங்க வாழ்க்கையச் சின்னா பின்னமாக்கிடுச்சு.'

'இனிமே ஒங்களுக்கு ஒரு பங்கமும் இல்ல. இன்னைக்கிப் பிறந்த பிள்ளைமாரி பாவமில்லாம நிக்கிறீங்க. இப்ப சொல்லுங்கம்மா. ஒங்களுக்கு என்னால என்ன உதவி ஆகனும்?' என்ற வினாவோடு தன் பேச்சை நிறுத்தினார் இராஜேந்திரன்.

'எம் புருசன் சாவுக்கு காரணமா இருந்த அந்தத் தங்கதொர சாகனும், துடிதுடிச்சுச் சாகனும்.'

'சாமி நீங்க இதெல்லாம் பண்ண மாட்டீங்கன்னு எனக்குத் தெரியும். எல்லாத்தையும் பறிகொடுத்தேன், இப்போ தாலியையும் பறிகொடுத்துட்டு வந்து நிக்கிறேன் சாமி! இந்த அறுதலி முண்டக்கி ஒரு பிச்ச போடுங்க சாமி....'

'ஏ நெஞ்சு கொதிக்குது சாமி! ஒங்க கால்லவிழுந்து அழுகனுமுன்னுதான் ஏ அழுகைய ஆறப்போட்டு வச்சிருந்தேன் சாமி...'

'அம்மா செத்துப்போச்சு, அப்பா செத்து எட்டு வருசம் ஆச்சு, எனக்குக் கொள்ளிவைக்க ஒரு புள்ள இல்ல. எம்புருசன் எனக்குக் கொள்ளி வைப்பாருன்னு நெனச்சேன். இப்போ அதுவும் இல்லாம நிக்கிறேன்.'

'திக்குத் தெரியாத குருடி மாதிரி உங்கக் காலடியில வந்து விழுந்து கெடக்குறேன் சாமி... நாங் கேட்டத மட்டும் முடியாதுன்னு சொல்லிறாதீங்க சாமி...'

அமுதா, தரையில் தூக்கிப்போட்ட மீனாய்த் துடித்தாள். அவள் அழுத அழுகையைப் பார்த்து இராஜேந்திரனும் அழுதுவிட்டார்.

'அம்மா! சக்தி! மனுசங்களையும் படச்சு, இம்புட்டு சிக்கல்களையும் படச்சி வச்சிருக்கியம்மா!'

என்று அம்மனிடம் முறையிட்ட இராஜேந்திரன், அம்மன் சிலையின் அருகிலிருந்த ஒரு கனியை எடுத்தார். பல மந்திரங்களை உச்சரித்தார்.

'இங்க பாருமா அமுதா! நான் எப்போதும் செய்யாத ஒரு செயல உனக்காகச் செய்யுறேன். நீ நெனச்சது நடக்கும். ஒம் மனசுக்கு அமைதி கெடக்கும்.'

'பதினெட்டு மண்டலம் மந்திரத்தால உருவேத்துன கனி இது. தனி அறையில உக்காந்துக்குட்டு, கனியக் கைக்குள்ள மூடி வைச்சுக்கோ. அவனோட முகத்த மனசுக்குள்ள கொண்டுவா. அப்போ ஒம் மனசு கொதிக்கும். அங்கே அவன் உசுரு துடிக்கும். கை ரொம்ப சூடாகிட்டா விட்டுரு. அடுத்தநாள் மறுபடியும் அப்புடியே செய். கனி எப்பக் கருகிச் சாறில்லாம ஆகுதோ அப்ப அவன் செத்துருவான். கூடுதலா ஒன்னு சொல்லுறேன் கேட்டுக்கோ! செத்தவன் குடும்பத்துல உள்ளவங்க, இது மாந்ரீக வேலைதான்னு தெரிஞ்சி, வேறயாருட்டையாவது பரிகாரம் பாக்காப் போனா, நீ மாட்டிக்குவே. நீ செஞ்சது ஒன்னையவே வந்து சேரும். நீ கெளம்பலாம்.' என்று விடைகொடுத்தார் இராஜேந்திரன்.

அவர் கொடுத்த கனியைச் சேலை முந்தானையை ஏந்திப் பெற்றுக் கொண்டாள். தன் பையிலிருந்து செய்தித்தாளால் சுற்றிக் கட்டப்பட்ட பணக்கட்டை எடுத்து தட்சணைத் தட்டில் வைத்துவிட்டுக் கிளம்பினாள். கலைவாணியிடம் சென்று தான் ஊருக்குக் கிளம்புகிறேன் என்றாள் அமுதா. மதிய உணவு தயாராகிவிட்டது. உணவு உண்டுவிட்டுச் செல் என்று கெஞ்சினாள் கலைவாணி. தன் எண்ணம் ஈடேறப் போகிறது என்ற உணர்வில் அமுதாவுக்குப் பசிக்கவே இல்லை. கலைவாணி, சோற்றுடன் பருப்புக் குழம்பு விட்டுப் பிசைந்து அமுதாவுக்கு ஊட்டிவிட்டாள். அமுதா புறப்பட்டுத் தொண்டி வந்து சேர்ந்தாள். இரவு பத்துமணி. அமுதா, குளித்து முடித்துவிட்டு தன் அறையில் தனிமையில் அமர்ந்தாள். மூடியிருந்த அவள் கைகளுக்குள் எலுமிச்சை ஒளிந்திருந்தது.

## பகுதி – 9

கோயில் வாசலில் பெரியவர்களுக்கு வணக்கம் சொன்ன தொண்டியம்மாள், பெரியவர் காட்டுச்சேவலின் காலைத் தொட்டு வணங்கினாள்.

'தொண்டியம்மா! கோயிலுக்கு வந்தா சாமியைத்தவிர யாரையும் கும்புடக்கூடாது. இனிமே இப்புடிச் செய்யாதே!' என்றார் காட்டுச்சேவல்.

'அதுல என்னண்ணே இருக்கு. எனக்கு அந்தச் சாமியு, நீங்களு ஒன்னுதான்.' என்று மறுமொழி சொன்னாள் தொண்டியம்மாள். காட்டுச்சேவல் சிரித்துக்கொண்டே கோயிலுக்குள் நுழைந்தார்.

பெரியவர்கள் அனைவரும் சாமி கும்பிட்டுவிட்டுக் கிளம்பினார்கள். காட்டுச் சேவல் மட்டும் தொண்டியம்மாளிடம் பேசிக் கொண்டே கோயிலுக்கு எதிரே உள்ள வேப்பமரத்தடியில் அமர்ந்தார். மலத்தேர சாந்தியும் அருகில் சென்று அமர்ந்தாள்.

காட்டுச்சேவல், தொண்டியம்மாளிடம் நலம் விசாரித்தார். தொண்டியம்மாளும் தன் வேதனைகளை எல்லாம் இறக்குமதி செய்து முந்தானையில் மூக்கைச் சிந்தி முடித்தாள். காட்டுச்சேவல் தொண்டியம்மாளிடம் பேசத் துவங்கினார்.

'தொண்டியம்மா! வாழ்க்கையில இன்பமும் துன்பமும் மாறிமாறி அடிச்சாத்தான் மனுசன் பக்குவப்படுவான். இனிப்ப மட்டுந் தின்னுக்குட்டு இருந்தா தெகுட்டாதா? அது ஒடம்புக்கும் ஒத்துக்குமா? நம்ம வாழ்க்கையில

நடக்குறதயெல்லாம் ஒரு படிப்பினையா எடுத்து முடுஞ்சி வச்சிக்கனும். அதுதான் நம்ம வழிச்செலவுக்கு ஒதவும்.'

'நீ வாழ்க்கைல எவ்வளவோ செரமங்களப் பாத்தவ. நா ஒன்னு சொல்லுறேன் மனசுல வாங்கிக்க.'

'கொதிக்கிற எண்ணையில வடையத் தட்டிப்போடுறோம். அது திங்கிற பக்குவத்துக்கு வந்துருச்சுன்னு எப்புடித் தெரியுது? அதோட சத்தம் அடங்குன பெறகுதானே தெரியுது!'

'அதுமாரிதான் மனுசனுக்கும்.'

'வாழ்க்கையில இன்ப துன்பத்துல அடிபட்டு பக்குவப்பட்ட மனுசன், சத்தம் போடமாட்டான். அடங்கி ஒடுங்கி ஆர்ப்பாட்டம் இல்லாத சமநெலைக்கி வந்துடுவான்.'

'தொட்ட தொண்ணூறுக்கும் துள்ளிக்கிட்டுக் கெடக்குறவனெல்லாம் பக்குவப்படாதவன்னு அர்த்தம்.'

'தொண்டியம்மா! நீ கோவக்காரி. ஒரு சொல்லக்கூட பொறுக்கமாட்டேனு எனக்குத் தெரியும். கோவம் தீ மாதிரி. அது குடும்பத்தையே பொசுக்கிரும்.'

'எல்லாத்துக்கும் முறுக்கிக்கிட்டு நிக்காத. கொஞ்சம் பணிஞ்சு போ! பணிஞ்ச மண்வெட்டிதான் மண்ணு வெட்டும், இல்லன்னா கொல்லனுட்ட குடுத்து பணியவச்சு வாங்கனும். அது மாதிரி குடும்பத்துல பணிஞ்சுபோகாத ஆளுக இருந்தா, மூனாவது ஆளு உள்ளவந்துரும். அது அசிங்கம். நாலுபேரு கேலிபண்ணிச் சிரிப்பான்.'

'எடுத்தோம் கவுத்தோமுன்னு நடந்துக்காத. நீ பெத்த புள்ளைகதான! ஒனக்கு இருக்குற வீட்டும அதுகளுக்கும் இருக்கத்தான செய்யும். விட்டுப்பிடி! இல்லனா விட்டு விலகி நில்லு! வாழவேண்டிய புள்ளைக மேல வசபாடாத!'

'பத்து மாசம் சொமந்து பெத்த நீயே ஓம் புள்ளைகள அள்ளித் தூத்துனா, அதுக வாழ்க்க நல்லா இருக்குமா சொல்லு?'

'நீ ஓம் புள்ளைகள வேணான்னு சொன்னாலும், அதுக ஒன்னைய வேணான்னு சொன்னாலும், தாய் புள்ளங்குற உறவு அத்துப் போயிருமா?'

'இன்னைக்கி இருப்பாரு நாளைக்கி இல்ல. மன்னாதி மன்னனா இருந்தாலும் ஒருநாளு மாண்டுதான போகனும்.'

'மனுச வாழ்க்க நீர்க்குமிழி மாதிரி நெலையில்லாதது. இருக்குற மாதிரி இருக்கும், பட்டுன்னு இல்லாம போயிரும்.'

'பொத்தி பொத்தி வளத்த இந்த ஒடம்ப ஒருநாளு பொசுக்கிருவாங்கே. ஆனா உறவு ஒரு காலமும் பொசுங்கிப் போகாது தொண்டியம்மா!'

'நீ நாலுபேருக்குப் புத்தி சொல்லுறவ, ஓம் புத்திய மழுங்கப் போட்டுறாத.'

'ஒனக்குத் தெரியாதது இல்ல. நா யாரையும் கூப்புட்டுப் புத்திமதி சொல்லமாட்டேன். என்னமோ நீ சொன்னதக் கேட்டு மனசுக்குச் சங்கடமா இருந்துச்சு. அதுதான் இம்புட்டு நேரம் பேசிக் கிட்டிருக்கேன்.'

'நீ சொல்லுறதக் கேட்டு ஒனக்கு நாலு நல்ல வார்த்த சொன்னமாரி, ஓம்புள்ளைகளப் பாத்து நாலு நல்ல வார்த்த சொல்லுறேன். ஒரு அண்ணனா இதைத்தான் நான் செய்யமுடியும். யாரு தப்பு பண்ணுனதுன்னு ஆராய்ச்சிப் பண்ணிகிட்டு இருந்தா குடும்பம் நாறிப்போகும்.'

'நீ அழுகாத! கவலப்படாத! கவலங்குறது மனசுல உருவாகுற நோய். அதச் சொமந்துக்குட்டே திரிஞ் சா, அது உடம்பையும் சேத்து அழிச்சிடும்.' என்று தொண்டியம்மாளுக்குப் பற்பல அறிவுரைகளைக் கூறிக்கொண்டிருந்தார் காட்டுச்சேவல்.

தொண்டியம்மாள் அழுதுகொண்டே பேசத் துவங்கினாள்.

'சரிண்ணே! நானே பணிஞ்சிப் போறேன். பொல்லா விதிக்கி பொண்ணாப் பொறந்தேன். இன்னும் என்னென்ன ஆக்கினைக்கி ஆளாகப்போறேனோ தெரியல.'

'எங்கப்பன் எந்த நேரத்துல எனக்குத் 'தொண்டியம்மாள்' ன்னு பேரு வச்சாரோ தெரியல! நானும் அந்தத் தொண்டியம்மன மாதிரி மூக்கு அறுபட்டுப் போய்தான் வாழுறேன். அவரு உசுரா இருந்த காலம் வர, அடியும் ஒதையும் அவமானமும்தான் வாழ்க்கையா இருந்துச்சு.

புள்ளைக வளந்து ஆளாகி நம்மள நல்லா வச்சுப் பாங்கேன்னு நெனைச்சேன். அவங்கெ, பெத்த வயித்துல சுடுசாம்பல அள்ளிப் போடுறாங்கெ....' என்று ஒருபாடு அழுது முடித்தாள் தொண்டியம்மாள்.

'தொண்டியம்மா! இம்புட்டு நேரம் நாம் பாட்டாப் படிச்சேனே! அம்புட்டையும் கேட்டுப்புட்டுத் திரும்ப மொதல்ல இருந்து ஆரம்பிச்சுட்ட பாத்தியா?'

'ஓட்டப்பானையில தண்ணி சொமந்த கதையாப் போச்சு எங்கத.' என்று சொல்லிக்கொண்டே தன் இரு கைகளையும் தலைமேல் வைத்துக் கொண்டார் காட்டுச்சேவல். சாந்தி கலுக்கென்று சிரித்து விட்டாள். அதைப்பார்த்து மற்ற இருவரும் சிரித்தனர். சிறிது நேரத்துக்குப் பிறகு மூவரும் இறுக்கமில்லாத ஒரு மனநிலைக்கு வந்து சேர்ந்தார்கள்.

'அண்ணே! முந்தாநாளு சின்னத்தொண்டி ஆறுமுகம் மெட்ராசுல செத்துப் போனானாமே கேள்விப் பட்டீங்களா?'

'சாமியோடப் பொருளக் களவாண்டா நல்ல சாவு வருமா? அவன் போன காருமேல லாரி மோதி சாணிப்பீ நசுங்குனமாரி நசுங்கிச் செத்துப் போனானாம் அந்த நாசமாப் போறவே....'

'தெய்வம் நின்னு கொல்லுமுன்னு சொல்லுறது அந்தக் காலமுண்ணே! இப்பவெல்லாம் சன் டீவி முக்கியச் செய்திமாரி அப்பப்பக் கொன்னுறுது.'

'எனக்கு நல்லா வகவகயாத்தான் வாயில வருது. கோயிலுக்கு முன்னால இருக்குறோமேன்னு பாக்குறேன்.' என்று கூறிய சாந்தி தன் இடதுகைக்குள் வலதுகையை அழுத்தி நெட்டி முறித்தாள்.

'தொண்டியம்மன் சாமானியப்பட்டவளா? அவ துடியான தெய்வம். இதோடவா முடியப்போவுது. இன்னும் எம்புட்டு வேடிக்கக் காட்டக் காத்திருக்காளோ தெரியல.' என்று கூறினார் காட்டுச்சேவல்.

மூவருக்கும் தொண்டியம்மன் கோயில் திருட்டுச் சம்பவம் நினைவுக்கு வந்தது. பேச்சு அறுபட்டுச் சித்திரப் பதுமைகளாய் அமர்ந்திருந்தார்கள்.

## பகுதி – 10

**ப**த்தாம் நூற்றாண்டில் தொண்டியில் கோயில் கொண்டவள்தான் இந்தத் தொண்டியம்மன். களங்கண்டார் என்ற முதலியாருக்கு ஊருக்குள் பல ஏக்கர் நிலம் இருந்தது. அவர் வசதி வாய்ப்பில் மட்டுமல்லாது அறத்திலும் உயர்ந்த தனவந்தர். ஒரு காலைப் பொழுதில், தன் வீட்டில் உள்ள பசுக்களுக்குப் புல் அறுத்துக் கொண்டிருந்தார். அவர் புல் அறுத்துக் கொண்டிருந்த உழவாரம் ஓரிடத்தில் தடுத்து நின்றது. பெரிய கல் என்றெண்ணி அழுத்தித் தள்ளினார். உழவாரம் தடுத்த இடத்தில் கால் பட்டபோது காலில் ஈரம் தட்டுப்பட்டது. துணுக்குற்றவராய்த் தரையை உற்றுநோக்கினார். மண்ணில் இரத்தம் பரவிக் கொண்டிருந்தது. கையும் காலும் ஆடிப்போனது. கண்ணுக்கெட்டும் தொலைவு வரை எவரும் தென்படவில்லை. தன்னையறியாமல் அவருடைய கால் நடுங்கிக் கொண்டிருந்தது. உடலெல்லாம் வியர்வைக் கொப்பளித்தது. மண்ணை நீக்கிவிட்டு அது என்னவென்று பார்க்க எண்ணினார். இயன்ற மட்டும் தைரியத்தை வரவழைத்துக்கொண்டு தரையில் மண்டியிட்டார். குனிந்துத் தரையில் கை வைத்த போது தனக்கு எதிரே ஒரு நிழலாடுவதைக் கவனித்தார். கண்களை மட்டும் மேலுயர்த்தியவர் அதிர்ந்து போனார். ஐந்தரையடி நீளம் கொண்ட ஒரு நல்ல பாம்பு. அரிசி புடைக்கும் சொலவு போன்று தன் தலையை விரித்துக்கொண்டு நின்றது. துள்ளியெழுந்தார். அந்நேரத்தில் தலையைத் தட்டுவது

போல ஒரு பருந்து இடமிருந்து வலமாகப் பறந்தது. உயிர், உடற்கூட்டைவிட்டுப் பாதியளவு வெளியேறி விட்டதாக உணர்ந்தார். பின்னங்கால் பிடரியில் அடிக்க ஓடினார். நினைத்ததை நினைத்த உடன் காட்சியாக்கும் மனதின் வேகத்தில் ஓடிச்சென்று தன் வீட்டின் திண்ணையில் விழுந்தார். தெருவே கூடிநின்று களங்கண்டாரை வேடிக்கைப் பார்த்தது. தண்ணீர் குடித்துத் தன்னை ஆசுவாசப் படுத்திக்கொண்ட களங்கண்டார், நடந்த எல்லாவற்றையும் ஒன்று விடாமல் அனைவரிடமும் ஒப்பித்தார். மக்கள் அனைவரும் ஆளுக்கு ஒன்றாகப் பேசிக்கொண்டார்கள்.

'நாயி நரிய எவனாவது பொதச்சிருப்பான். மாப்புள அங்க போய் காலவிட்டு ஒளப்பிட்டு வந்து, இங்கக் கதகதையா அவுத்து உடுறாரு.'

'இதெல்லாம் சூனிய வேல, இவரு மேல உள்ள பொறாமையில அங்காளி பங்காளிகதான் ஏதாவது பண்ணிருப்பாங்கே. இனிமே அவ்வளவுதான். ஆளச் சாச்சிபுடும்.'

'மாப்புளைக்கி நேத்து ராத்திரி அடிச்சத் தெக்குத்தோப்புப் பனங்கள்ளு போத இன்னு எறங்கல போல.'

கூடிய கூட்டம் தத்தம் முத்தானக் கருத்துக்களை உதிர்த்துக் கொண்டிருந்தது. கூட்டத்தை விலக்கிக் கொண்டு தங்கம்மாக் கெழவி முன்னே வந்து நின்றாள். தங்கம்மா கெழவி வாயைத் திறந்தால் இருட்டறை செய்திகளெல்லாம் வெளிச்சத்திற்கு வந்து விளையாடும். அவளின் கவிச்சிப் பேச்சுக்கே ஊருக்குள் பல விசிறிகள் சுற்றுவதுண்டு. தங்கம்மாக் கெழவி பேசத் துவங்கினாள். கூட்டம் கருத்தோடு கேட்டது.

'ஆம்புளையோ பொம்புளையோ ஒரு சுத்தபத்தம் இருக்கனும். ஊருக்குள்ள யோக்கிய வேசம் போடுற ஆம்புள சிங்கங்கமெல்லாம், இருட்டிப் போச்சுன்னா யோக்கிதையைக் கெழட்டிக் குப்பைலப் போட்டுடுறான். ராத்திரியில பாய்மேல படுத்தவன், விடியக்காலையில பொண்டாட்டி மேலகெடந்து எந்திரிக்கிறான். நடுவுல படுத்துக் கிடந்த புள்ளைகளெல்லாம்

மண்டையச் சொறிஞ்சிக்கிட்டே முழிச்சி முழிச்சி பாக்குது. அப்பா படுக்கிற எடம் ஒன்னா இருக்கு, எந்திரிக்கிற எடம் ஒன்னா இருக்குன்னு நெனச்சுக் கொழப்பத்துலையே வாழுதுக. இருட்டுக்குள்ள பொண்டாட்டி மேல பாயிரானே! காலையில எந்திருச்சுக் கொளத்துல ஒரு மொற பாயுவொம்முனு எண்ணம் வருதா?' என்றாள் தங்கம்மாள்.

கூட்டம் சிரித்து உருண்டது. ஒருவரையொருவர் அடித்துக் கொண்டு சிரித்தார்கள். பெண்களுக்குச் சிரிப்போடு வெக்கமும் சேர்ந்து கொண்டது. ஒரு நடுவயதுக்காரி தங்கம்மாக் கெழவியின் கையைப் பிடித்து இழுத்தாள்.

'வயசுப் போச்சுன்னா வெக்கமுமா உதுந்து போகும்! ஆம்புள பொம்புள, பொண்டு பொடுசுகளெல்லாம் கூடி நிக்கிது. நீ ஒரே நாத்தப் பேச்சா பேசிக்கிட்டு நிக்கிறே...' என்று கடிந்துகொண்டாள்.

'ஆமா! வந்துட்டா.... சீமையில கெடைச்ச ஓவியச் சிறுக்கி. நாத்தப்பேச்சாமுல நாம் பேசுறது. ஒரு நாத்தமும் தெரியாமத்தான் இவ ஏழு புள்ளப் பெத்து அடுக்குனாளோ?' கூட்டம் குதிபோட்டுச் சிரித்தது.

'நான் என்ன சொல்லுறேன்னா, சம்சாரிங்க ராத்திரியில கூடிக்கிறதும் ஒரு தீட்டுத்தான். காலையில எந்திரிச்சு காடுகரைக்கி வேலைக்கிப் போகும்போது குளிச்சுப்புட்டு சுத்தபத்தமா போகணும். அதுதான் நல்லது. இல்லன்னா, பருவத்துல நல்லது கெட்டத அனுபவிக்காத ஏதாவது ஒரு ஆணோ பெண்ணோ செத்துப்போயி காடு கழனியில சுத்திக்கிட்டுக் கெடக்குமுல்ல, அதுக புடிச்சிக்கிட்டு மனுசங்களப் பாடாப் படுத்திரும்.'

'ஒரு பெரிய மனுசி நம்ம நல்லதுக்குத்தானே சொல்லுறான்னு நினைக்காம, நாத்தப்பேச்சு பேசுறேன்னு சொல்லுறாளே இந்தக் குண்டி செத்த முண்ட...' என்று சொல்லிவிட்டு தன் இரு கைகளையும் ஒரு தட்டு தட்டிவிட்டு, வலது கையின் ஆள்காட்டி விரலை மூக்கின் மேல் வைத்துக்கொண்டு கூட்டத்தை விட்டு வெளியேறினாள்.

கூட்டம் சிரித்துக்கொண்டே வயல்வெளியை நோக்கி நடக்கத் துவங்கியது. களங்கண்டார் அடையாளம் காட்டிய இடத்தை நெருங்க நெருங்க அனைவர் மனதிற்குள்ளும் அச்சம் துளிர்விட்டது. களங்கண்டார் சொன்னது போலவே நிலத்தில் ரத்தம் சுரந்து பரவிக் கொண்டிருந்தது. கூட்டத்துக்குள் நின்ற எட்டுவயது பெண்பிள்ளை அன்னம்மாள் பெருங்குரலெடுத்துக் கத்தினாள்.

'அடேய்... என்னடா வேடிக்கப் பாத்துக்குட்டு நிக்கிறீங்க...'

'நாங் கோவமா இருக்கேன்டா... ஈரக்கொலையை அறுத்துப் போட்டுருவேன்...'

கூட்டம் நடுநடுங்கிப் போனது. வந்த சனங்களில் பாதிபேர் திரும்பிப் பார்க்காமல் தலைதெறிக்க ஓடினார்கள்.

கூட்டத்தில் இருந்த முழுத்த ஆண்கள் சுதாரித்துக் கொண்டனர். தோளில் கிடந்த துண்டை இடுப்பில் கட்டிக்கொண்டு அன்னம்மாளுக்கு முன்பு மண்டியிட்டனர்.

அன்னம்மாள், ஒரு சிறுமிக்கு உண்டானத் தோரணைகள் அனைத்தையும் இழந்து போய் நின்றிருந்தாள். கைகள் அகல விரிந்திருந்தது. நெஞ்சை நிமிர்த்திக் கொண்டு, கழுத்தை வளைத்து வளைத்துப் பார்த்தாள். கண்கள் கங்காய்ச் சிவந்துபோயிருந்தன. விரிந்துகிடந்தத் தலைமுடியைத் தலையோடு சேர்த்துச் சுழற்றினாள். நாக்கை வெளியேத் தள்ளிக் கொண்டு உறுமினாள். என்ன செய்வதென்று தெரியாமல் விழித்துக்கொண்டிருக்கும்போது கூட்டத்திலிருந்த முதியவர் சங்கீரன் அன்னம்மாளிடம் பேசத் துவங்கினார்.

'ஆத்தா... நீ பெத்த புள்ளைக மேல ஒனக்குக் கோவம் வரலாமா?'

'யாருமா நீ? நாங்க என்ன செய்யனுமுன்னு சொல்லும்மா!' என்று கேட்டார்.

'அடேய்! நாங் காவக்காரிடா.... நாம்பெறந்த மண்ணுடா இது. எம்மண்ணையும் மக்களையும் பாக்கலாமுன்னு வந்தேன்டா....'

'ஆச ஆசையா வந்தவள, ஒழவாரத்தக்கொண்டு மூக்கை அறுத்து.... ரெத்த விளாறியா ஆக்கிப்புட்டான்டா...'

'எங்க அவன்.... அடேய் வாடா.... வா.... எம்முன்னால வா....' என்று தொண்டை நரம்புகள் புடைக்கக் கத்தினாள் அன்னம்மாள்.

களங்கண்டாருக்கு மொத்த சரீரமும் ஆட்டம் கண்டுவிட்டது. அன்னம்மாளின் காலில் விழுந்து அழுது புரண்டார். 'தான் செய்த தவறுக்குத் தன்னைத் தண்டித்து விடும்படியும், தன் குடும்பத்தில் உள்ளவர்களுக்கு எந்தத் தீங்கையும் தந்துவிட வேண்டாம்' என்று கூறி அவர் அழுத அழுகையைப் பார்த்துக் கூட்டத்தில் உள்ள அனைவரும் மனம் இளகிப் போனார்கள்.

வாயை அகலத் திறந்து சிரித்தாள் அன்னம்மாள்.

'அடேய்! களங்கண்டா.... அழுகாதடா! நீ புண்ணியப் பொறப்புடா...'

'ஓம்பரம்பரையில பெறந்த ஒரு ஆம்புள பொம்புள கூட பாவம் பண்ணல.'

'நீ, பாவத்தக் கழிக்கப் பொறப்பெடுக்கல, செஞ்ச புண்ணியத்துக்குச் சொகப்பட்டு வாழப் பெறந்தவன்.'

'ஒன்னோட மண்ணுல வந்து கோயில்கொள்ள ஆசைப்பட்டுத்தான்டா நா இங்க வந்தேன்.'

'அடேய்! களங்கண்டா.... இந்த நெலத்த எங்கோயிலுக்குக் குடுத்துரு. ஒனக்கு வேற ஒரு எடத்துல காடு கழனி அமச்சித் தருவேன்.

'ஓ வீட்டுக் குதிரும் பத்தாயமும் கொழிச்சிக் கெடக்கும். ஆடு மாடுகள ஓம் பண்ணயத்துல சேத்து, ஓம் பட்டி பெறுக வப்பேன். நா ஒனக்குப் பக்க தொணையா இருப்பேன், எட்ட இருந்து எடஞ்சல் காப்பேன்...'

'ஒன்னோட சந்ததிகளுக்கு நோயிநொடி அண்டவிடாமக் கட்டிக்காப்பாத்தி, தொட்டதயெல்லாந் தொலங்கவச்சி, பெரும் புகழோட பெருமையா வாழ வக்கிறேன்டாஞ்.'

‘அடேய்! நாங் காவக்காரி.... வாக்கு தவறமாட்டேன்டா....’

'அடேய்! களங்கண்டா.... எம் மூக்க அறுத்து ரத்தம் ஓட விட்டுட்டே, அந்த அடையாளத்தோடயே நாங் கோயில்ல குடியேறப்போறேன்டா....'

'இங்க உள்ள எவனாலையும் என்னத் தொட்டுத்தூக்க முடியாது. ஓடு... ஓடு... படையாச்சித் தெருவுக்குப் போயி, மேற்கப்பாத்து 'ஆத்தா வந்திருக்கா' ன்னு மூனுமொற ஒரத்த கொரல்ல கத்துடா....’

‘நாலுபேரு மட்டும் எந்தக் கேள்வியும் கேக்காம ஓம்பின்னாலையே வருவாங்கே. அவங்கெதான்டா என்னத்தொட்டுத் தூக்கி, கோயில் கட்டிக் குடியேத்துவாங்கே....’

'அடேய்! நா எட்டுக் கைக்காரிடா.... எனக்கு அம்மிச்சத்தம் ஒரலுச்சத்தம் கேக்கனும்....'

'போடா.... போ....'

ஆத்தாளின் உத்தரவைக் கேட்ட களங்கண்டார், சிட்டாய்ப் பறந்துபோய் படையாச்சித் தெருவில் நின்று எக்காள முழக்கமிட்டார். அங்குள்ளவர்கள் களங்கண்டாரை ஒரு பைத்தியக்காரனைப் பார்ப்பதுப் போலப் பார்த்தார்கள். திடகாத்திரமான நான்கு நடுவயதுக்காரர்கள் மட்டும் களங்கண்டாருக்கு அருகில் வந்தனர். ஐவருமாக வயல்வெளிக்கு வந்துசேர்ந்தார்கள்.

அன்னம்மாள் ஒன்றும் அறியாத சிறுமியாய்க் கூட்டத்தோடு கூட்டமாய்ச் சோர்வாக நின்றிருந்தாள். புதிதாக வந்து சேர்ந்த நால்வரிடமும் அங்கு நடந்த அனைத்தையும் ஒன்றுவிடாமல் கூறி முடித்தார் களங்கண்டார். அம்மன், தேர்வு செய்த நால்வரும் திருச்செந்தூர் முருகனுக்கு விரதம் மேற்கொண்டிருந்தார்கள். இரத்தம் சுரந்துகொண்டிருந்த மண்ணைத் தொட்டுக் கும்பிட்டுவிட்டு, அம்மனின் திருநாமங்களை ஓதியவர்களாய் மண்ணை விலக்கி அம்மனை வெளியே எடுத்து நிறுத்தினார்கள்.

அப்பப்பா.... பார்த்தவர்கள் மேனியெல்லாம் புல்லரித்துப் போனது. நான்கு அடி உயரம் கொண்ட அம்மன் சிலை. ஆத்தாளின் திருமேனி முழுவதும் தங்கக் கவசத்தால் மூடப்பட்டிருந்தது. கவசத்தில், கையின் நரம்புகள் கூடத் தெளிவாகத் தெரியும்படி வடிவமைக்கப்பட்டிருந்தது. ஆத்தாளின் முகத்தில் அருள் சுரந்து நின்றது. தங்ககக்கவசத்தைக் கடந்து உள்ளிருக்கும் கற்சிலையும் மூக்குநுனி சேதப்பட்டதாய்க் காட்சியளித்தது. இளநீரும் பன்னீரும் கொண்டு அன்னையின் திருமேனி சுத்தம் செய்யப்பட்டது. பாவலர் ஆவுடையப்பன் அன்னையின் மீது ஒரு வாழ்த்துப்பாடல் பாடினார்.

*தேனொக்கும் மொழியாளே!*
*தென்மதுரை உமையாளே!*
*கார்மேகக் குழலாளே!*
*கயலொக்கும் விழியாளே!*
*துடியொத்த இடையாளே!*
*துச்சனர்க்குக் கொடியாளே!*

*பழனியப்பன் தாயானாய்*
*தாடங்கம் தரித்தத் தத்துவத்தி!*
*பண்டைநாள் தக்கனவன்*
*தலையறுத்த வித்தகத்தி!*
*மகிடனை வதம் செய்த*
*மாணிக்க மணிநிறத்தி!*
*மங்காத வனப்புகொண்ட*
*தனபார வாரணத்தி!*

*புலியுடையான் இடமிருக்கும்*
*புண்ணியத்தி! பூரணத்தி!*
*புவனங்கள் ஈன்றெடுத்த*
*காரியத்தி! காரணத்தி!*

பண்சுமந்த பாடற்குப்
பரிசளிக்கும் மதிமுகத்தி!
பண்பட்டோர் உள்ளொளியாம்
உயர்வான உத்தமத்தி!

அன்பர் குறை போக்கிடுவான்
உன் துணைவன் ஈசனம்மா!
அன்பு வடிவானவளே!
தொண்டர் போற்றும் தொண்டியம்மா!

என்று தன் வெண்கலக்குரலால் இசை பூட்டிப் பாடினார். ஊர் மக்கள் அனைவரும் திரண்டு விட்டார்கள். அனைவரும் அன்னையின் பாடலைப் பாடிப் பரவசம் அடைந்தார்கள். அன்றிலிருந்து, அன்னை 'தொண்டியம்மன்' என்ற பெயரால் அழைக்கப்பட்டாள். தொண்டியம்மன் கண்டெடுக்கப்பட்ட இடத்திலேயே அவளுக்குக் கோயில் கட்டப்பட்டது. குடமுழுக்கு நடந்தது. உள்ளூர் மட்டுமல்லாது, வெளியூர் சனங்களும் திருவிழாவில் கலந்துகொண்டார்கள். தொண்டியம்மன் வீதியுலா முடிந்ததும் இன்ன மழை என்று சொல்லமுடியாத அளவிற்கு வானத்திற்கும் பூமிக்கும் திரைச்சீலைக் கட்டியது போல மழைச் சீலை கட்டிக்கொண்டது பூமி. மண்மகள் மகிழ்ந்து போனாள். ஊர் செழித்தது. மக்களெல்லாம் மகிழ்ந்திருந்தார்கள். தொண்டியம்மனுக்குப் பாத்தியப்பட்ட படையாச்சி மக்கள் கோயிலை நிர்வகித்தார்கள்.

## பகுதி – 11

இப்போது ஒரு சில நூற்றாண்டுகளாக, தலைமுறை தலைமுறையாய் மக்களின் மனதில் ஒட்டிக்கிடந்த *தென் மதத்தாரின் இறை நம்பிக்கையும், இறை அச்சமும், பக்தியும் சற்றே தளர்ந்து போனது என்றுதான் சொல்ல வேண்டும். அதற்குப் பற்பல காரணங்கள் இருக்கத்தானே செய்கிறது. முகலாயப் படையெடுப்பு என்ற வரலாற்றுச் செய்தி, அவர்கள் இம்மண்ணின் மக்களை அடிமையாக்கி ஆண்டதையும், இங்குள்ள செல்வங்களை எல்லாம் கொள்ளையடித்துச் சென்றதையும், கணக்கில்லாத கற்கோயில்களை இடித்ததையும் மட்டுமா சொல்லுகிறது. அவர்கள் இங்கு வந்தேறிக் கொண்டதையும், தங்கள் மதத்தினைப் பரப்பி, மண்ணும் தண்ணியுமாக இங்குக் கலந்துபோனதையும் அல்லவா கூறுகிறது. பிறகு வந்த ஆங்கிலேயர்கள் இங்குள்ள வளங்களையெல்லாம் வாரிச் சுருட்டி அம்மணமாக்கிவிட்டுச் சுதந்திரத்தைத் தந்ததோடு மட்டுமல்ல, அவர்களின் மதத்தையும் சேர்த்துத்தான் தந்துவிட்டுப் போனார்கள்.

(*தென் மதத்தார்: இந்துக்கள் என்ற சொல்லுக்குப் பகரமாக தென் மதத்தார் என்ற தமிழ்ச் சொல்லைப் பயன்படுத்துகிறார் மொழிஞாயிறு தேவநேயப் பாவாணர்.)

இசுலாமியர்கள், தென் மதத்தாரை 'காஃபீர்' என்றார்கள். கிருத்தவர்கள், தென் மதத்தார் தெய்வங்களை 'சாத்தான்' என்றார்கள். ஊசி இடம் கொடுக்காமல் நூல்

நுழைய வாய்ப்பில்லை. தென் மதத்தினர் கடைபிடித்த 'சாதியப் பாகுபாடு' என்ற ஆலகால நஞ்சுதான் எத்தனையோ உயர்ந்த கற்பிதங்களை கீழ்மையாக்கவும், இழக்கவும் காரணமாக அமைந்தது என்பதில் இருவேறு கருத்துக்கள் இருக்க வாய்ப்பில்லை. 'சாதியம்' என்பது இந்த மண்ணின் மைந்தர்கள் உருவாக்கியதில்லை. அது ஆரிய வந்தேறிகளின் திணிப்பு என்று வீராவேசமாக வசனம் பேசலாம். இருக்கட்டும், அவன் வகுத்ததை இன்றளவும் கடைபிடித்தவன் யார்? நரகலைத் தின்றுவிட்டு அவன்தான் தந்தான் என்று உரைப்பது எவ்வாறு நயன்மையாகும்? 'சாதியம்' என்பது இறை மறுப்புக் கொள்கை பேசியவர்களுக்குச் சிம்ம சொப்பனமாக மாறிப்போனது. எது எப்படியோ? 'கடவுள் நெறி' என்பது பின் வந்த மதங்களால் பற்பல புதிய கொள்கைகளாகவும், சில கட்சிக்காரர்களால் சிதைவடைந்தும் போயுள்ளது என்பதே உண்மை.

அறத்திலிருந்து வழுகிய, ஒழுக்கம் கெட்டுப்போன இடங்களில் தெய்வங்கள் நடமாடுவதில்லை. தொண்டியில் மழை பொய்த்துப் போனது. குளம் குட்டைகளெல்லாம் வற்றிப்போய், பாளம் பாளமாக வெடித்துக் கிடந்தன. கிணறுகளில் ஒரு பொட்டு நீர் ஊறவில்லை. ஊரில் வற்றாமல் கிடந்தது கடல் மட்டும்தான். கடலோரங்களில் ஊற்றுகளைத் தோண்டி கலங்கலாக ஊறிவரும் நீரை வடிகட்டி எடுத்துச் சென்று வீடுகளில் பயன்படுத்தினார்கள்.

குடிதண்ணீர் எடுப்பதற்காகவே ஒரு நாளின் பெரும்பகுதியை செலவழிக்க வேண்டியிருந்தது. குளிக்க, துவைக்கவெல்லாம் பத்து பதினைந்து கிலோமீட்டர் தூரம் சென்றுவர வேண்டியிருந்தது. வாரத்தில் ஒருமுறை அழுக்குத் துணிகளைக் கட்டிக்கொண்டு, ஒரு வாரம் குளிக்காத அழுக்கையும் உடலில் சுமந்து கொண்டுப் பக்கத்து ஊர்களுக்குப் படையெடுத்தார்கள்.

தொண்டியம்மன் கோயிலுக்குப் பாத்தியப் பட்டவர்களுக்குள் சண்டை, சச்சரவுகள் வரத் துவங்கியது. குடமுழுக்கு நடத்தப்படவில்லை. வருடந்தோறும் நடக்கும் திருவிழாவும், ஜல்லிக்கட்டும் நிறுத்தப்பட்டது. கோயில் பராமரிப்பும் ஒரு ஒப்புக்காகச் செய்வதாகவே இருந்தது. ஊரில் பெரும்பாலான குடும்பங்கள் தொண்டியம்மன் வழிபாட்டை மறந்துபோனார்கள். ஊருக்குள் ஐந்து தனவந்தர்கள் மட்டுமே தொண்டியம்மன் மீது தீராத பக்தியோடு இருப்பவர்கள் போலக் காட்டிக் கொண்டார்கள்.

ராசு, கோவிந்தன், நம்பி ஆசாரி, முத்தையா, சின்னத்தொண்டி ஆறுமுகம் ஆகிய ஐவரும் சிறு வயதிலிருந்தே நண்பர்கள். எந்த அளவுக்கு நெருக்கமென்றால், அன்னியூத்துக் கருவக்காட்டுக்குள்ளே காலைக்கடன் கழிக்கும் போதும் உரசிக் கொண்டுதான் உட்காருவார்கள். அப்படியொரு அன்யோன்யம். ஐவரும் வசதி வாய்ப்பில் ஒருவருக்கு ஒருவர் சளைத்தவர்கள் இல்லை. திருமணம் செய்து தோளுக்கு மிஞ்சிய பிள்ளைகள் இருந்தாலும், விடலைப் பயல்கள் போலத்தான் ஊருக்குள் உலவினார்கள். குடியும் கூத்தியாளுமாக கொக்கரித்துத் திரிந்தார்கள். பணம் கொளுத்துவிட்டால் செய்ய வேண்டியது, செய்யக் கூடாதது என்று பகுத்துப் பார்க்கும் தன்மை மழுங்கிப் போய்விடும்தானே! வருடத்தில் ஒருமுறை விமானம் ஏறி தாய்லாந்து நாட்டுக்குச் சென்று ஆட்டம் போட்டுவிட்டுத் திரும்புவார்கள் என்று ஊருக்குள் அரசல் புரசலாகப் பேசிக் கொள்வதுண்டு.

பொதுவாக ஏழை ஒரு தவறு செய்தால் அவனைத் தண்டிப்பதோடு மட்டுமல்லாமல், அவனை இழிவுபடுத்திப்

பழித்துரைக்கிறது இந்த உலகம். ஆனால் அதேத் தவறை ஒரு பணக்காரன் செய்தால், அதை நவநாகரீகம் என்றெண்ணிக் கடந்துவிடுகிறது. அவனுக்குத் தண்டனை கிடைப்பதும் அரிதாகவே உள்ளது. காரணம் இந்த நாட்டில் நீதி தேவதை பணத்துக்குப் பாய்விரிக்கும் பரத்தையாகிப்போனாள்.

இந்தத் துப்புக்கெட்டத் திருக்கூட்டம் அடிக்கடி வந்து தொண்டியம்மனை வணங்கிவிட்டுச் செல்வதைப் பார்த்து கோயில் பூசாரிக்கே வியப்பாகத்தான் இருந்தது.

'தொண்டியம்மா இவங்கெ கனவுல போயி நல்ல புத்தி சொல்லியிருப்பா.... அதுனாலதான் கோயிலுக்கு வருதுக.'

'போடி.... கூறுகெட்டவளே!'

'பள்ளங்கண்ட இடமெல்லாம் தண்ணி பாச்சத் துடிக்கிற இந்தத் தட்டுவாணிப் பயலுக கனவுல போயி தொண்டியம்மா ஒப்புடுறாளாக்கும்.'

'அடியேய்! சோழியங் குடுமி சும்மா ஒன்னும் ஆடாதுடீ....' தெருவுக்குள் சில பெண்கள் ஆருடம் கணித்தார்கள்.

அன்று ஞாயிற்றுக்கிழமை. திருநெல்வேலி மேலப்பாளையத்திலுள்ள வாஞ்சி என்பவனது வீட்டில் அமர்ந்து மும்முரமாகத் திட்டம் போட்டுக் கொண்டிருந்தார்கள் நண்பர்கள் ஐவரும்.

'தொண்டியம்மன் கோயிலுக்கு ரெண்டு வாசல் இருக்கு, கெழக்கப் பாத்த வாசல்ல உள்ள பூட்ட ஓடச்சு உள்ள போகணும். கருவறைக்குள்ள வலதுபக்கமா ஒரு பெரிய மரப்பெட்டி இருக்கும். அதுலதான் அம்மனோட தங்கக்காப்பு இருக்கு. சூதானமா கைப்பத்தனும். நரிக்குடி கம்மாக்கர ஓரமா நாங்க காருல காத்துக்கிட்டு இருப்போம். பொத்துனாப்புல எடுத்தாந்து எங்க கையில சேக்கனும். தொண்டி வழியா வந்தா மாட்டிக்குவே, கோயிலுக்கு நேர் எதிரா ஒரு பாத போகுதுல. அதுல வந்தேன்னா சின்னத்தொண்டி. அதுலேருந்து ஒரே பாததான் நரிக்குடிக்கு வந்துடலாம். விசயம் கைதவறிப்போனா, எங்க பேரு

வெளிவந்துரக் கூடாது. முன்பணமா இத வச்சுக்கோ' என்று கத்தைக் கத்தையாகக் காகிதத்தில் மடித்திருந்த பணக்கட்டை வாஞ்சியிடம் கொடுத்தார்கள். கோயில் மற்றும் பாதைகள் வரைந்த வரைபடம் ஆறுபேருக்கும் நடுவில் இருந்தது.

'அடேய்! வாஞ்சி ஆளு நடமாட்டம் இருக்குமுன்னு பயப்படாத! ராத்திரி பதினோரு மணிக்கு நீ வேலைய ஆரம்பிச்சுடனும்.'

'ஒரு ஈ காக்காக் கூடத் தெருவுல நடமாடாம நாங்க பாத்துக்குறோம். இன்னும் ஏழுநாளு இருக்கு. அடுத்த வாரம் ஞாயித்துக் கிழம சொன்னது சொன்னமாரி முடியனும். நீ எங்க இருப்பே? என்ன பண்ணுவே? அதையெல்லாம் நாங்க கண்காணிக்க மாட்டோம். சாமர்த்தியமா இந்த வேலைய முடிச்சுரு. பெருசா வீடு வாசல் கட்டி 'ஊசு'ன்னு உக்காந்துடுலாம்.' என்று கூறிவிட்டு ஐவரும் தொண்டிக்கு வந்து சேர்ந்தார்கள்.

அடுத்த புதன் கிழமை இராமநாதபுரம் பேருந்து குறவர்களை நிரப்பிக் கொண்டு தொண்டிக்கு வந்து சேர்ந்தது. ஊர் முழுவதும், 'சாமியோவ்... சாமியோவ்...' என்ற சத்தம் கேட்காத தெருக்கள் இல்லை. இசுலாமியக் குடியிருப்புகளிலும் 'சாமியோவ்... சாமியோவ்...' ஒலிக்காமலில்லை.

ஊசிமணி, பாசிமணி, ஊக்கு, பேன்சீப்பு, ஈருவளி, நரிப்பல்லு, சவுரிமுடி, படிக மாலை, ருத்திராட்சம், கையில் கட்டும் வண்ணவண்ணக் கயிறுகள், உண்டிவில், மலைத்தேன் அத்தனையையும் தோளோடுச் சுமந்து கொண்டு சென்று கூவிக்கூவி விற்றார்கள். இதில் அமர்ந்து பார்க்கும் வியாபாரமும் இருந்தது. ஆங்காங்கே பச்சைகுத்துவதற்கும் அரிசியில் பெயரெழுதிக் கொடுக்கவும் ஆட்கள் அமர்ந்திருந்தனர். நரிக்குறவர்கள் நாட்டு வைத்தியம் அறிந்தவர்கள். மூலிகை இலைகளையும் ஒருசிலச் செடிகளின் வேர்களையும் கொண்டு எண்ணையில் காய்ச்சி விற்பார்கள். அதில் சில பொடிவகைகளும் உண்டு.

பாவோடி மைதானத்தில் ஆண்களின் கூட்டம் அலைமோதியது. நூற்றுக்கணக்கானக் கண்ணாடிப் போத்தல்களில் வித்தியாச வித்தியாசமான எண்ணெய்கள் அடைக்கப்பட்டிருந்தது. குறவன், சன்னமான விளக்கமாற்றுக் குச்சியைக் கையில் எடுத்துக்கொண்டு அதை வளைத்துக் காட்டினான்.

'பாருங்க சாமி! பாருங்க! மாயமில்லே மந்திரமில்லே'

'ஒடம்புல உள்ள ஒரு சாமானும் நேரா இல்லே, வளஞ்சி வளஞ்சி கெடக்குன்னு கவலே படவேணா சாமி.'

'உடும்பு எண்ணெ சாமி! உடும்பு எண்ணெ சாமி!' என்று சொல்லிக் கொண்டே அந்த விளக்கமாற்றுக் குச்சியில் எண்ணெயை எடுத்துத் தேய்த்தான். பத்துப்பதினைந்து வினாடிகளுக்குப் பிறகு குச்சியை வளைத்தான். குச்சி விளையவில்லை.

'கையி காலுல தேச்சா கம்பா நிக்கும் சாமி! உடும்புத்தைலம் உடும்புத்தைலம் சாமி....' ஊரெங்கும் விற்பனைகள் நிகழ்ந்துகொண்டிருக்கும் நேரத்தில் குறவர்களோடு குறவனாய் வந்திருந்த வாஞ்சி, ஒரு சில குறவர்களை அழைத்துச் சென்று தொண்டியம்மன் கோயிலுக்கு அருகிலேயே கூடாரம் அமைத்தான். அது கோயில் நிலம் என்பதனால் குறவர்கள் கூடாரம் அமைத்துக் கொள்ள யாரும் மறுப்புத் தெரிவிக்கவில்லை. வாஞ்சி பகல் நேரத்திலேயே, சின்னத்தொண்டி வழியாக நரிக்குடிக் கண்மாய்க்குச் செல்லும் வழியைப் பார்த்து வைத்துக் கொண்டான்.

அடுத்தநாள் ஊரில் அறிவிப்பு ஒலித்தது. வடநாட்டு சர்க்கஸ் குழு, வரும் ஞாயிற்றுக் கிழமை தொண்டிக்கு வருவதாகவும், இரவு ஒன்பது மணி முதல் பன்னிரெண்டு மணி வரை நிகழ்ச்சி நிகழும் என்றும், நிகழ்ச்சி நிகழும் இடம் கடற்கரை மாதாகோயில் அருகில் என்றும், அனுமதி இலவசம் என்றும் அறிவிக்கப்பட்டது.

சனிக்கிழமையே கடற்கரை கலைகட்டிவிட்டது. வடநாட்டு சர்க்கஸ் அழகிகளைக்கண்டு, துடிப்பான இளவட்டங்கள் முதல் துவண்டுபோன கிழடுகள் வரை கிறங்கிப் போய்க் கிடந்தார்கள். கடைத்தெருக்களில் வண்ண வண்ண ஆடைகளுடன் திரிந்து கொண்டிருந்த வடநாட்டு மக்களைப் பார்க்கவே புதுமையாக இருந்தது உள்ளூர் மக்களுக்கு.

ஞாயிறு இரவு சர்க்கஸ் துவங்கியது. தொண்டி மக்கள் மட்டுமல்லாது சின்னத் தொண்டி, வேலங்குடி, வட்டணம், தாமோதர் பட்டினம், எம். ஆர். பட்டினம், பி. வி. பட்டினம், ஓடவயல், கொடிப்பங்கு, எஸ். பி. பட்டினம், நம்புதாளை, முகிழ்தகம், சோலியக்குடி, சம்பை, புதுப் பட்டினம், முள்ளிமுனை, காரங்காடு, மேற்கே திணையத்தூர் வரைச் சுற்றியுள்ள அனைத்துக் கிராம மக்களும் வந்து குவிந்து கிடந்தார்கள். நாகூராண்டவர் சந்தனக்கூடு கந்தூரி போன்று ஊரே கோலாகலப்பட்டது. நாற்பது ஐம்பது அடி உயரத்திற்கு கம்பிஉருளைகளில் கட்டடம் அமைத்து, ஒரு முனையிலிருந்து மறுமுனைக்குப் பெண்களும் ஆண்களும் பறந்து சென்ற காட்சியைப் பார்த்து, மக்கள் அனைவரும் உறைந்து போனார்கள். குள்ள மனிதர்கள் செய்த சேட்டைகளைப் பார்த்து ஊரே சிரித்து உருண்டது. ஆண்கள் நெருப்பில் செய்த துணிகரச் செயல்கள், குட்டைப் பாவாடை அணிந்த பெண்களின் சைக்கிள் சாதனைகள், மாயவித்தைக்காரன் செய்த நம்ப முடியாத செயல்கள், சொன்னதைச் சொன்னபடிச் செய்யும் விலங்குகளின் வேடிக்கைச் செயல்கள் என்று தொடர்ந்து நிகழ்ச்சிகள் நடந்து கொண்டிருந்தது. பீடி பற்றவைக்க, ஒன்னுக்குப் போக என்று ஒருவரும் எழுந்து செல்லவில்லை. சர்க்கஸ், கூட்டத்தைக் கட்டிப் போட்டு வைத்திருந்தது.

# பகுதி – 12

தொண்டியம்மன் கோயிலுக்கு அருகில் அமைக்கப்பட்டிருந்த குறவர்கள் கூடாரத்தில், நான்கு ஐந்து கிழட்டுக் குறவர்களுடன் வாஞ்சியும் படுத்திருந்தான். மற்ற குறவர்கள் அனைவரும் சர்க்கஸ் பார்க்கப் போய்விட்டார்கள். நேரம் சரியாக பதினொன்றானது. வாஞ்சி சாவகாசமாக நடந்து சென்று கோயிலின் கிழக்குப் பக்கச் சுவர் வழியாக கோயிலுக்குள் ஏறிக்குதித்தான். ஒரு தெய்வத்தின் உடைமையைத் திருடப் போகிறோம் என்ற அச்சம் அவன் உள்ளத்தில் கடுகளவும் இல்லை. இது போன்ற கோயில்களில் திருடுவதற்கு முன், மலையாள மாந்திரீகவாதிகளிடம் சென்று தெய்வக்கட்டு மந்திரத்தால் உருவேற்றப்பட்ட தகட்டை தாயத்தாக்கி கைகளில் கட்டிக் கொள்வார்கள். அந்தத் தாயத்தை அணிந்து கோயிலுக்குள் செல்லும்போது தெய்வத்திற்கு சக்தி இல்லாமல் போகும். வாஞ்சி தன் உடலில் மொத்தம் பதினெட்டுத் தாயத்துக்களைக் கட்டியிருந்தான். கோயிலுக்குள் குதித்தவன் ஒருசில நிமிடங்களில் வந்த வேலையை முடித்துக் கொண்டு வெளியே குதித்தான். ஒரு பழையத் துணியால் சுற்றப்பட்டு, படுக்கைவசமாய் வாஞ் சியின் தலையில் இருந்தது தொண்டியம்மனின் கவசம். கோயிலுக்கு எதிரே இருந்த குளத்தின் ஓரமாக நடந்து சென்று, பிரதான சாலையை ஒட்டியிருந்த சின்னத்தொண்டிப் பாதையில் சீறிப்பாய்ந்தான் வாஞ்சி. போட்ட திட்டம் மிக நேர்த்தியாக செயல்படுத்தப்பட்டது. நரிக்குடிக் கண்மாய் ஓரமாக ஒரு வாடகை வண்டியில் ஐந்து நண்பர்களும்

காத்திருந்தார்கள். வாஞ்சி வந்து சேர்ந்தான். ஆறுபேருடன் மதுரையை நோக்கிக் குறுக்குப் பாதைகளுக்குள் பாய்ந்தது அந்த வாடகை வண்டி.

மறுநாள் எப்போதும் போலத்தான் விடிந்தது. இருந்தாலும் தொண்டி மக்களுக்கு அன்றைய நாள் நல்லநாளாக விடியவில்லை. முந்தையநாள் இரவு பார்த்த சர்க்கஸ் நிகழ்ச்சி பற்றிய பின்னூட்டங்களைப் பேசி மகிழ்ந்திருந்த மக்களுக்கு, தொண்டியம்மனின் தங்கக்கவசம் திருட்டுப்போன செய்தி பேரதிர்ச்சியாக இருந்தது. காவல் நிலையத்தில் புகார் பதிவு செய்யப்பட்டது. விசாரணைகள் முடுக்கி விடப்பட்டது. குறவர்கள் கூட்டம்தான் முதலில் விசாரிக்கப் பட்டது. தொண்டிக்கு வந்திருந்த குறவர் கூட்டம் ஒரு குழு அல்ல. தூத்துக்குடி, கோயில்பட்டி, தென்காசி, குற்றாலம் போன்ற ஊர்களிலிருந்து அழைத்துவந்து, இராமநாதபுரத்தில் ஒன்று சேர்க்கப்பட்டவர்கள். அங்கிருந்து மொத்தமாகத் தொண்டிக்கு அனுப்பி வைக்கப்பட்டிருந்தார்கள். யார் இதற்குப் பின்புலமாகச் செயல்பட்டார்கள் என்பது தெரியவில்லை. பிறகு சர்க்கஸ் குழுவினர் விசாரிக்கப்பட்டனர். அவர்கள் அனைவரும் ஒரிசாவைச் சார்ந்தவர்கள். பல மாநிலங்களில் சர்க்கஸ் செய்து பிழைத்து வந்தார்கள். தமிழ்நாட்டில் வேலூர், திருவண்ணாமலை, தஞ்சாவூர் போன்ற இடங்களில் நிகழ்ச்சி நடத்தினார்கள்.

இறுதியாகத் தஞ்சாவூரில் இருந்தபோது, இந்த ஊருக்கு வந்து நிகழ்ச்சி நடத்தும்படி சிலர் கேட்டுக் கொண்டார்கள். கட்டணம் இல்லாமல் நிகழ்ச்சியை நடத்த வேண்டும் என்பதனால், எங்களுக்கானக் கூலித் தொகையை மொத்தமாகத் தந்துவிட்டார்கள். அவர்கள் எங்களோடு ஹிந்தியில் பேசினார்கள். அவர்களின் முகத்தோற்றம் தென்னிந்தியர்கள் போல இல்லை. இவ்வாறாக இருந்தன என்பது சர்க்கஸ் குழுவினரின் வாக்குமூலம்.

தொண்டியம்மன் கோயில் திருட்டு, நுட்பமாக, எந்தவிதத் தடயங்களும் இல்லாமல், மிகச் சரியாகத் திட்டம் போட்டு நடத்தப்பட்டுள்ளது என்பதைத் தவிர

வேறு எந்தத் துப்பும் துலங்கவில்லை. இறுதியாக ஐந்து நண்பர்கள் மீதும் ஐயம் எழுந்தது. எப்போதும் போல இல்லாமல், அவர்கள் ஐவரும் சென்ற மாதம் அடிக்கடிக் கோயிலுக்கு வந்ததை மட்டும் ஒரு காரணமாகக் கொண்டு, ஊருக்குள் பணபலம் மிகுந்தவர்களிடம் விசாரணையைத் துவங்கிவிட முடியாது. இருந்தாலும் மறைமுகமாக விசாரித்ததில், சென்ற திங்கட்கிழமை இரவே நண்பர்கள் ஐவரும் சுற்றுலாவுக்குக் கிளம்பி விட்டார்கள் என்ற செய்தி கிடைத்தது. ஆனாலும் விடவில்லை. அவர்கள் எங்கெங்கு சென்றார்கள் என்ற விபரங்களும் சேகரிக்கப்பட்டது. பற்பல ஊர்களைச் சுற்றிவிட்டு ஞாயிற்றுக் கிழமை மதுரையில் இருந்திருக்கிறார்கள். இப்போது மூணாரில் உள்ளார்கள் என்ற செய்தியும் கிட்டியது. எழுந்த சந்தேகம் அணைந்து போனது. ஆனால் இந்தத் திருட்டைச் செய்தது அந்த ஐந்து நண்பர்கள்தான் என்று ஊர் மக்கள் உறுதியாக நம்பினார்கள். இரண்டு வாரங்களுக்குப் பிறகு தொண்டிக்கு வந்து சேர்ந்த நண்பர்களிடம், ஊர்ப் பெரியவர்கள் அனைவரும் கூடி விசாரித்தார்கள். கெஞ்சிப் பார்த்தார்கள், சில பெரியவர்கள் மானம் மரியாதைக்கு நாணாமல் ஐவரின்

கால்களைப் பிடித்து அழுதார்கள். தெய்வத்தின் பொருளை அபகரித்தால் உங்கள் சந்ததியே நாசமாய்ப் போய்விடும் என்று எச்சரித்தார்கள். ஐவரும் இம்மியளவேனும் அச்சப்படவில்லை. உங்களால் முடிந்ததைச் செய்யுங்கள். நாங்கள் அப்பாவிகள். பத்துத் தலைமுறைக்கு உட்கார்ந்து உண்ணும் அளவுக்கு எங்களிடம் சொத்து உள்ளது. சாமிக்குச் சொந்தமான பொருளைத் திருடி விற்றுத் திங்கவேண்டும் என்ற அவசியம் எங்களுக்கு இல்லை என்று மிடுக்காகப் பேசினார்கள். ஊர் பெரியவர்கள் என்ன செய்வதென்று தெரியாமல் திக்குமுக்காடிப் போனார்கள்.

காவல்துறையால் இவ்வழக்கு விசாரணையில் அடுத்தக் கட்ட நகர்வுக்குச் செல்ல முடியவில்லை. காவல்துறையை நம்புவதில் பயனில்லை என்றாகிப்போனது ஊர்ப் பெரியவர்களுக்கு. நான்கு வயசாளிகள் கிளம்பி மதுக்கூர் அலியாரைப் பார்க்கப் போனார்கள். அலியார் பட்டுக்கோட்டை ஜில்லாவில் பெரிய மாந்திரீகக்காரன். பாவம் பழி என்று எதற்கும் அஞ்ச மாட்டான். கற்ற வித்தையைக் காசாக்கத் தெரிந்தவன். அவனுக்கு எல்லாமே பணம்தான். அவன் வீட்டு வாசலில், வெளிநாட்டிலிருந்து கூட சனங்கள் வந்து குவிந்துகிடக்கும். தமிழ்நாட்டு அரசியல்வாதிகளை விடக் கூடுதலாகச் சொத்து சேர்த்தவன் அவன். அவன் கூறும் குறி ஒரு நூலளவு கூடப் பிசகாது. தொண்டியிலிருந்து சென்றவர்களிடம் விவரங்களைக் கேட்டுவிட்டு குறி சொன்னான்.

'மங்காத தங்கம் உடுத்தி மண்ணுல உதிச்சவ.... இப்போ தம் பொருள எழந்து மூலியா நிக்கிறா.... களவாங்க வந்தவன் கட்டுப் போட்டுட்டுப் போயிட்டான். தெய்வம் வெறுங்கல்லாக் கெடக்கு....'

'போன பொருள கைபத்த முடியாதுப்பா.... பொருளு கடலக் கடந்துருச்சுப்பா.... தெய்வத்த கருவறைய விட்டு வெளியேத்திட்டு, புது தெய்வத்தப் பிரதிஷ்ட பண்ணனும். மலையாள மாந்திரீகவாதிகள வச்சி பூச பண்ணுங்க. பிறகுதான் கோயிலுக்குள்ளே தெய்வம் வரும்.' என்று கூறினான் அலியார்.

பெருந்தொகையைத் தட்சணையாகக் கொடுத்துவிட்டு, மனம் நிறைந்த கவலைகளோடு ஊருக்கு வந்து சேர்ந்த பெரியவர்கள், அலியார் சொன்னச் செய்திகளையெல்லாம் அச்சரம் பிசகாமல் மற்றவர்களுக்குச் சொல்லி முடித்தார்கள்.

மலையாள மாந்திரீகவாதிகள் வரவழைக்கப்பட்டனர். தொண்டியம்மன் கருவறையிலிருந்து அப்புறப்படுத்தப்பட்டாள். அம்மன் சிலைக்கு அடியில் மந்திரத் தகடுகள் செருகப்பட்டிருந்தன. அனைத்தையும் எடுத்து எரித்துக் கடலில் கரைத்தார்கள். புதிய அம்மனை பிரதிஷ்டை செய்து வழிபாட்டைத் தொடங்கினார்கள். என்னதான் இருந்தாலும், தொண்டியம்மன் கோயிலில் நடந்த திருட்டுச் சம்பவத்தை நினைத்துவிட்டால் ஈரக்குலையைக் கொத்தாகப் பிடுங்கிப் போட்டது போலத்தான் இருந்தது ஊர் மக்களுக்கு. அனைவரின் உள்ளமும் குமைந்து கொண்டிருந்தது. இத்திருட்டை அந்த நண்பர்கள் ஐவரும் சேர்ந்துதான் செய்துள்ளார்கள் என்று ஊர் மக்கள் உறுதியாக நம்பினார்கள். அன்று வெள்ளிக்கிழமை. ஊர் பெரியவர்கள் பதிநான்குபேர் சேர்ந்து கொல்லங்குடிக்குப் புறப்பட்டார்கள்.

## பகுதி – 13

**தொ**ண்டியிலிருந்து சிவகங்கை செல்லும் வழியில், காளையார்கோயிலுக்கு அடுத்ததாக அமைந்துள்ளது கொல்லங்குடி. கொல்லங்குடியிலிருந்து தெற்கே ஒன்றரை கிலோமீட்டர் தொலைவில் உள்ளது அரியாகுறிச்சி சிற்றூர். அங்கு வீற்றிருந்து அருள்பாலிக்கும் அம்மனுக்கு 'வெட்டுடைய காளியம்மன்' என்று பெயர். அவள் ஆங்கார ரூபம் கொண்டவள். மனம் நொந்து முறையிட்டால் கேட்டதையெல்லாம் வாரி வாரித் தருவாள். அவள் கோயிலே ஒரு நீதிமன்றம். அங்கு பொய், பித்தலாட்டம், மோசடியெல்லாம் செல்லுபடியாகாது. முடியாத வழக்குகளையெல்லாம் வெட்டுடையாள், தன் கோயிலுக்குள் வைத்து முடித்து வைப்பாள். வெட்டுடையாளைச் சாட்சியாக வைத்துக்கொண்டு ஒருவன் பொய் சத்தியம் செய்தால், மூன்று நாட்களில் எவரும் சொல்வதற்கு முன்பே அவன் வீட்டு இழவுக்குப் போய் நிற்கலாம். அப்படி ஒரு துடியானக் காளி அவள். நம்மை ஏமாற்றியவரை மனதில் நினைத்துக் கொண்டு காசை வெட்டிப் போட்டுவிட்டு வந்தால் போதும், மூன்று நாட்களுக்குள் கருவறுத்துவிடுவாள். இங்குக் காசு வெட்டிப் போட்டுவிட்டு கதறியழுது முறையிடும் மக்களை எப்போதும் பார்க்கலாம்.

'வம்புக்கே வந்து வருந்திப் பயமுறுத்தும்
தெம்புள்ளார் செய்துவரும் தீங்குகளை - அம்பிகைமுன்
சொல்லிமனம் கொதித்துத் துட்டொன்றை வெட்டிவிட
கல்லி எடுப்பாள்வேர் களைந்து.'

என்ற வெட்டுடையாள் வீரச்சக்கரத்தில் இடம்பெற்றுள்ள பாடல் வரிகள் கோயிலுக்குள் எழுதப் பட்டிருக்கும்.

பதினெட்டாம் நூற்றாண்டில் வேலுநாச்சியாரின் கணவர் முத்து வடுகநாதர் ஆங்கிலேயர்களால் கொல்லப்பட்டார். மருது பாண்டியர்களின் துணையோடு காளையார்கோயிலுக்கு வந்த வேலுநாச்சியார் கணவருக்கு மாலையீடு செய்துவிட்டு, நாட்டரசன் கோட்டைக்குச் செல்வதற்காக அரியாகுறிச்சிக் காட்டு வழியே பயணப்பட்டார். வேலுநாச்சியாரைத் துரத்திவந்த ஆங்கிலேயர்கள், அரியாகுறிச்சிக் காட்டுக்குள் மாடு மேய்த்துக்கொண்டிருந்த உடையாள் என்ற கன்னிப் பெண்ணிடம் விசாரித்தார்கள். 'சென்ற பாதைத் தெரியும். இருப்பினும் சொல்ல முடியாது.' என்று துணிந்து சொன்னாள் உடையாள். சினம்கொண்ட வெள்ளையர்கள் உடையாளின் தலையைத் துண்டாடினார்கள். அந்த உடையாள்தான் வெட்டுடைய காளியாக வணங்கப்பட்டு வருகிறாள். அவள் கழுத்து வெட்டுப்பட்ட தழும்பு, சிலைத் திருமேனியிலும் காணப்படுகிறது. இந்த வெட்டுடைய காளியம்மன் பற்றிய செய்தி சில புராணக் கதைகளிலும்

கூறப்பட்டுள்ளன. இருப்பினும் தலை வெட்டுப்பட்ட கன்னித் தெய்வம்தான் இங்குக் கோயில் கொண்டுள்ளாள் என்பது ஒரு வரலாற்றுச் செய்தியாக உள்ளது. வீரமங்கை வேலு நாச்சியார் இக்கோயிலுக்குப் பல கிராமங்களை மானியமாக வழங்கியுள்ளார். அதுமட்டுமல்லாது தன்னுடைய தாலியையே காளிக்குக் காணிக்கையாகக் கொடுத்துள்ளார்.

தொண்டியிலிருந்து வந்த பெரியவர்கள் பதிநான்கு பேரும் கோயிலுக்குள் நுழைந்ததுதான் தாமதம். வாயிலும் வயிற்றிலும் அடித்துக் கொண்டு காளியின் முன் அழுது புரண்டார்கள். தாயை இழந்த சிறுவர்களைப் போல கதறித் துடித்தார்கள்.

'ஆத்தா.... எங்க கொலசாமிய மூலியாக்கிப் புட்டாங்களே....'

'எட்டுக்கைக்காரி மொடமாப் போயிட்டாளே....'

'எங்களுக்குப் போக்கெடம் இல்ல தாயி....'

'நீதாங் கெதின்னு வந்து நிக்கிறோம். எங்களுக்குக் கருணைகாட்டுமா....'

என்று, கால் இடறி தலைகுப்பிற விழுந்த சிறுவர்களைப் போல, முழுத்த கிழடுகள் துடிதுடித்து அழுதார்கள். இதைப் பார்த்த மற்ற சனங்களெல்லாம் தங்களை மறந்து அழுதுகொண்டிருந்தார்கள்.

வெட்டுடைய காளி சன்னதிக்குப் பின் பகுதியில் காசு வெட்டுவதற்காக இரும்புப் பலகை, உளி, சுத்தியல் போன்ற கருவிகள் வைக்கப்பட்டிருந்தன. இரும்புப் பலகையில் உண்டியல் துளை போன்று ஒரு துளையிடப்பட்டிருந்தது. நாணயத்தை அந்தத் துளையின் நடுவில் படுக்கை வசமாக வைத்து, உளியை நாணயத்தின் மீது வைத்து, உளியின் மீது சுத்தியலால் ஓங்கி ஓங்கி அடிக்க வேண்டும். உண்டியல் போன்ற துளைக்குள் உளி இறங்கி நிற்கும். காசு இரண்டாகிப்போகும். இப்படி வெட்டப்பட்ட காசுகள் எல்லாம் சாக்கு மூட்டைகளில் கொட்டிக் கிடக்கும். அந்தக் காசுகளைத் தொடவே மக்கள் அஞ்சுவார்கள்.

பெரியவர்கள் ஒருவர் பின் ஒருவராகக் காசு வெட்டிப் போட்டார்கள். உள்ளம் கருகிப்போய், வாய்விட்டு வேண்டிக் கொண்டே காசை வெட்ட வேண்டும். சுத்தியல் அடி, தவறுதலாக விரலைப் பதம் பார்க்கும். இரத்தம் சிந்தாமல் யாராலும் காசை வெட்டிவிட முடியாது. பெரியவர்கள் அனைவரும் இடதுகையில் காயங்களுடன் ஊர் திரும்பினார்கள்.

எல்லா விதைகளும் விதைத்தவுடன் முளைத்து விடுவதில்லை. ஒவ்வொரு விதையும் மண்ணைமுட்டி முளைப்பதற்கென்று ஒவ்வொரு காலக் கணக்கு உண்டு. அதுபோலத்தான் நாம் செய்த நல்வினை தீவினைகள், பாவபுண்ணியமாகி நம்மை வந்து அடைவதற்கும் பக்குவக் காலம் உண்டு. நண்பர்கள் ஐவருக்கும், பாவம் பழுத்துப் பக்குவப்பட சில மாதங்கள் ஆனது. அவர்கள் செய்த தொழில் முடங்கிப்போனது. கடன்பட்டார்கள். குடும்பத்துக்குள் ஒற்றுமை குலைந்தது. பெற்ற பிள்ளைகளால் அவமானம் வந்து சேந்தது. அப்பன் சேர்த்த சொத்துக்களை அனுபவித்து மகிழும் பிள்ளைகளுக்கு, அப்பன் செய்த பாவங்களில் பங்கு இல்லாமல் போகுமா என்ன? ஐவரில், இருவர் நோய்வாய்ப்பட்டு இறந்து போனார்கள். மூவர் விபத்தில் சிக்கிச் செத்தார்கள். ஊர் மக்கள் இரக்கப்படவில்லை. மாறாக தெய்வத்திற்கு அடாத வேலை செய்தால் இப்படித்தான் சந்தி சிரித்து நிற்கவேண்டும் என்று வசைபாடினர். இதில் இறுதியாகச் செத்துப் போனது சின்னத்தொண்டி ஆறுமுகம். ஆறுமுகத்தின் பேச்சு வந்தவுடன் காட்டுச்சேவல், தொண்டியம்மாள், மலத்தேர சாந்தி மூவருக்கும் பழைய கதைகளெல்லாம் மனதுக்குள் நிழலாடியது.

சூரியன் தன் கரணங்களை ஒடுக்கிக் கொண்டு மேற்கே பள்ளிகொண்டான். மூவரும் பழமை பேசிக் கொண்டே கோயில் வளாகத்தை விட்டு வெளியேறினார்கள். மூவரும் புதிய பேருந்து நிலையத்தை நெருங்கிய போது காளியம்மாள் தலைத் தெறிக்க ஓடி வந்துகொண்டிருந்தாள். அவளுக்குப் பின்னால், அவளுடைய இரண்டாவது மகன், கையில் மூன்று சேவல்களைப் பிடித்துக் கொண்டு ஓடிவந்தான். மூவரும் துணுக்குற்றார்கள். காளியம்மாளை மறித்தார்கள்.

'அடியேய்! காளியம்மா.... என்னடி ஒப்பாரி வச்சிக்கிட்டு ஓடிவாறே....'

'நல்லாத்தானடி இருந்தே.... என்னடி ஆச்சு....' என்று காளியம்மாளிடம் விசாரித்தாள் மலத்தேர சாந்தி.

'அக்கா.... தப்புப் பண்ணிடேங்க்கா....'

'நா ஒரு நோனி மறந்தக் கேன முண்ட.... தப்புப் பண்ணிடேங்க்கா....' என்றாள் காளியம்மாள்.

'அடி எழவெடுத்த முண்ட. என்னனு சொல்லுடினா சும்மா ஓ.... ன்னு ஒப்பு வச்சிக்கிட்டு இருக்க....' என்று காட்டமாகக் கேட்டாள் சாந்தி.

காளியம்மாள் விளக்கமாகச் சொல்லத் துவங்கினாள். மூவரும் ஆச்சரியமாகக் கேட்டுக் கொண்டிருந்தார்கள்.

# பகுதி – 14

அமுதா, நாகர்கோயில் இராஜேந்திரன் கொடுத்த கனியைக் கைகளுக்குள் வைத்துக் கொண்டு, தன் கணவன் சாவுக்குக் காரணமான தங்கதுரையை நினைத்துக் கருவிக் கொண்டிருந்தாள். மூடியிருந்த கைகளைக், கனி நெருப்பாகச் சுடத் துவங்கியது. சூடு பொறுக்க முடியவில்லையென்றால் கீழே வைத்துவிட்டு நாளை தொடரலாம் என்று இராஜேந்திரன் சொல்லியிருந்தார். அமுதாவுக்கு அதில் உடன்பாடு இல்லை. தன் கைகள் பொசுங்கிப் போனாலும் பரவாயில்லை. இன்றே அவன் சாகவேண்டுனென்று மனதுக்குள் வெஞ்சினம் கொண்டவளாய் தன் செயலைத் தொடர்ந்தாள்.

சிறுவன் வெற்றி நன்றாக உறங்கிக் கொண்டிருந்தான். வெற்றியை அணைத்தபடி பாப்பம்மாள் உறங்கிக் கொண்டிருந்தாள். தங்கதுரைக்கு வயிற்றில் ஏதோ குத்துவது போன்று இருந்தது. உறக்கம் தடைபட்டவனாய்ப் புரண்டு படுத்தான். கண்கள் பழகிப்போன இருட்டு. பாப்பம்மாள் அணிந்திருந்த கருப்பு ரவிக்கை, அவள் முதுகை இன்னும் அழகாகக் காட்டியது. மெல்ல நெருங்கிச் சென்று அவள் முதுகில் முகம் பதித்தான். பனியில் நனைந்த பன்னீர்ப்பூ மனம் கொண்டவள் பாப்பம்மாள். அவள் முதுகில் அழுத்தி முத்தமிட்டான். வெற்றிலை போட்டுச் சிவந்த வாய்போலச் சிவந்து போனது அவள் முதுகு. அவள் சேலையோடு போட்டி போட்டு, தன்னுடலை அவளுக்குச் சேலையாக்கிக் கொண்டான். எவ்வளவு நேரம்தான் தூங்குவது போல நடிப்பது? சன்னமான குரலில் பேசத் துவங்கினாள் பாப்பம்மாள்.

'என்னய்யா? ஓ மீன்கடைய வெளக்கமாத்த வச்சுத் தேச்சிக் கழுவுற நெனப்பு வந்துருச்சா?'

'எம் முதுகுல ஓ வெளக்கமாத்து மீசைய வச்சித் தேக்கிறே...' என்று சொல்லிவிட்டு மெல்ல சிரித்தாள்.

'வெளக்கமாத்துக்கு கைப்புடி தளந்து போச்சு. அதுதான் ஓ ரவிகையில நூலெடுத்துக் கட்டிக்கலாமுன்னு வந்துருக்கு' என்று சிரித்துக்கொண்டே சொன்னான் தங்கதுரை.

சிரித்தபடி திரும்பிய பாப்பம்மாள், தங்கதுரையை இறுக்கி அணைத்தாள். அணைத்துக்கொண்ட மறு வினாடியே துடிதுடித்துப் போனாள். தங்கதுரையின் உடல் கொதித்தது. என்ன ஆனது? உடல் ஏன் கொதிக்கிறது? என்று வினவியவள் உடனடியாக எழுந்து மின்விளக்குப் பொத்தானை அழுத்திவிட்டு தங்கதுரையைப் பார்த்தாள். தங்கதுரை எழுந்து அமர்ந்திருந்தான். அவன் முகத்தைப் பார்த்ததும் பாப்பம்மாள் பயத்தில் நடுங்கிப்போனாள்.

தங்கதுரை முழுமையாகக் கருத்துப்போய், உதடுகளெல்லாம் வெடித்து, காது மூக்கிலிருந்து இரத்தம் கசிந்து விகாரமாய் அமர்ந்திருந்தான். இவன், தன் கணவன்தானா என்ற சந்தேகம் வந்துவிட்டது பாப்பம்மாளுக்கு. அவன் குரல் மட்டும்தான் அப்படியே இருந்தது. அருகில் அமர்ந்து அவன் கண்களைப் பார்த்தாள். கண்கள் நீலம்பூத்துப் போய், கண்ணின் மேலிமை வீங்கிப் போய்த் தொங்கியது. வீடெங்கும் எலுமிச்சை வாடை. பாப்பம்மாளுக்கு அச்சமும் படபடப்பும் தொற்றிக்கொண்டது. மருத்துவமனைக்கு அழைத்துச் செல்லவோ, உதவி செய்யவோ ஆளில்லை. பாப்பம்மாளின் வீடு தனித்திருந்தது. சற்று தொலைவில் இருக்கும் தெருவிற்கு ஓடினாள். மூன்று ஆண்கள் துணைக்கு வருவதாகக் கூறி பாப்பம்மாளுடன் வந்தார்கள். அவர்களை வீட்டுக்கு வெளியே நிற்கச் சொல்லிவிட்டு வீட்டுக்குள் சென்று கணவனைப் பார்த்தாள். அவன் முழுக்க முழுக்க இரத்தத்தில் தோய்ந்து கிடந்தான். வாய், மூக்கு, காதுகளில் இரத்தம் உறைந்துபோய் நின்றிருந்தது. எவ்வளவோ முயற்சி செய்தும் அவன் எழவில்லை. அவன் வேட்டியை நீக்கிவிட்டுப் பார்த்தாள். மலசலம் வெளியேறி, விரைகள் உள்வாங்கிக் கிடந்தன.

'ஐயா.... ராசா.... நல்லாத்தான இருந்தீங்கஞ் இப்புடியா சாவு வரணும். ஐயோ.... என்னயும் எம்புள்ளையையும் தனியாத் தவிக்க விட்டுட்டுப் போய்ட்டீகளே....' என்று கதறி அழுதாள்.

சத்தம் கேட்டுப் பதறிப் போய் விழித்த வெற்றி, பயத்தில் அழத் துவங்கினான். வெற்றியைக் கட்டியணைத்துக் கொண்டு வெடித்து அழுதாள். வெளியே நின்றிருந்த ஆண்கள் வீட்டுக்குள் ஓடிவந்தார்கள். ஊரே கூடிவிட்டது. இரத்தமெல்லாம் வெளியேறியதால் உடம்பெல்லாம் கருத்துச் சூம்பிப்போய்க் கிடக்கிறான். விடிவதற்குள் காரியங்களை முடித்துவிடலாம் என்று முடிவெடுத்தார்கள். இரவோடு இரவாக பாப்பம்மாளின் தந்தை வெற்றிவேலும் வந்து சேர்ந்தார். பாப்பம்மாளின் அத்தை கனகவள்ளி அழுத அழுகையைப் பார்த்தால் கல்லும் கரைந்து போகும்.

அவளால் தங்கதுரையின் இழப்பைத் தாங்கிக்கொள்ள முடியவில்லை. அழுது புலம்பியவள் மயங்கிச் சரிந்தாள். நம்புதாளை மக்களும், தொண்டி மக்களும் சேர்ந்து, செய்யவேண்டிய காரியங்களைச் செய்து முடித்தார்கள்.

வெற்றிவேல், பாப்பம்மாளைத் தன்னுடன் வந்துவிடுமாறு அழைத்தார். கனகவள்ளி தன் வீட்டில் வந்து இருக்கும்படி அழைத்தாள். பாப்பம்மாள் எதற்கும் இசையவில்லை.

கணவனை இழந்த ஓர் இளம் கைம்பெண் இச்சமூகத்தில் தனித்து வாழ்வது எளிதான செயலில்லை. அது நெருப்பில் நடப்பதற்குச் சமமானது. தோலுரிக்கப்பட்ட கோழியைப் பருந்துகள் வட்டமிடுவது போன்று, பெண்ணைப் போகப் பொருளாகப் பார்க்கும் சில மனித மிருகங்கள் வட்டமிடக்கூடும். 'ஏமாந்தவன் பொண்டாட்டி எல்லோருக்கும் வப்பாட்டி' என்று ஊருக்குள் ஒரு சொலவடை உண்டு. எமாந்தவன் மனைவிக்கே இந்நிலையென்றால் கணவனை எமனுக்குக் கொடுத்தவளின் நிலை? கணவன் இறந்தாலென்ன? என் பிள்ளைகளுக்கு நானே தாயும் தந்தையுமாக இருப்பேன் என்று எத்தனையோ பெண்கள் சொந்தமாக உழைத்து, தன்மானத்தோடு வாழ்கிறார்கள். அதில் இல்லை என்ற மறுப்பில்லை. ஆனால் அவளை, ஒரு சொல்லில் வீழ்த்திவிடும் இந்த உலகம். அவளின் ஒழுக்கத்தைப் பழித்துப்பேசும். ஓர் ஆண்தான் ஒரு பெண்ணுக்குப் பாதுகாவலனாக இருக்கமுடியும் என்ற எண்ணத்தை இந்த ஆணாதிக்கச் சமூகம் கட்டமைத்துள்ளது. கணவனை இழந்த ஓர் அபலையை அடையத்துடிக்கும் ஆண்தான் இன்னொரு பெண்ணின் கணவனாக இருந்து, அவளைப் பேணிப் பராமரிக்கிறான். ஒழுக்கம் என்பது ஆண்களால் வரையறுக்கப்பட்டது. அது அவன் அமைத்த வேலி. அதை விட்டு எப்படி வெளியே செல்வது, எப்படி உள்ளே வருவது என்பதையெல்லாம் தெரிந்துதான் அமைத்திருக்கிறான்.

ஒரு பெண் பத்து ஆண்களுடன் தன் உடலைப் பகிர்ந்து கொண்டால் அவளைப் 'பரத்தை' என்று அழைக்கும் இந்த உலகம், அதையே ஓர் ஆண் செய்தால்

'அவன், அந்த விசயத்துல கில்லாடி' என்று பூ போட்டு வாழ்த்துகிறது. இது எப்படி நியாயமாகும்? தேவடியாள், வேசி, விபச்சாரி என்ற சொற்களைக் கொடுத்தவன்தான், அப்படிப் பெண்களை உருவாக்கினான். இந்த உலகத்தில், ஓர் ஆணில்லாமல் ஒரு பெண் வேசியாகிப்போனாளா? என்னதான் பெண்ணுரிமை பற்றியும், பெண்களின் விடுதலை பற்றியும் தொண்டை கிழியப் பேசினாலும், பெண்ணின் உடல்தான் முதன்மையான விளம்பரப் பொருளாகிப் போனது என்பதில் எந்த ஐயப்பாடும் இல்லை. அது போல ஓர் இளம் விதவையை இந்த ஆணாதிக்கச் சமூகம் நிம்மதியாக வாழவிட்டுவிடும் என்று சொல்வதில் எந்த ஒரு நம்பிக்கையும் இல்லை.

பாப்பம்மாள், தன் கணவன் நினைவுகளோடு, அவன் கட்டிய வீட்டில் தன் மகனுடன் தனித்து வாழ்ந்துவிடுவோம் என்று முடிவு செய்தாள். சேர்த்து வைத்த செல்வங்கள் எத்தனை காலத்துக்கு உதவும்? உழைத்துத்தான் ஆகவேண்டும். தன் கணவன் செய்த மீன் வியாபாரத்தைத் தானே எடுத்துச் செய்தாள். தங்கதுரை எங்கு சென்று மீன் வாங்குவான், எவ்வளவு லாபம் வைத்து விற்பனை செய்வான் என்பதையெல்லாம் அவ்வப்போது கேட்டறிந்திருந்த பாப்பம்மாள், துணிவோடு வியாபாரம் செய்யப் புறப்பட்டாள். மீனை வாங்கிக்கொண்டு மீன் பாடி வண்டியில் வைத்து தொண்டிக்குத் தள்ளிக்கொண்டே சென்றாள். சில வாரங்களில் வண்டியில் ஏறி அமர்ந்து ஓட்டுவதற்கும் கற்றுக்கொண்டாள். வெற்றியைப் பள்ளிக்கூடத்துக்கு அனுப்புவதுதான் அவளுக்கு சிரமமாக இருந்தது. நம்புதாளையில் படித்துக் கொண்டிருந்தவனை தொண்டியில் உள்ள மாதா பள்ளியில் சேர்த்துவிட்டாள். வெற்றி காலையில் ஐந்து மணிக்கே புறப்பட்டு, தாயுடன் வண்டியில் ஏறி மார்க்கெட்டுக்குச் சென்று விடுவான். அருகில் உள்ள ஓட்டலில் காலை உணவை முடித்துவிட்டு, எட்டு மணிக்குக் கிளம்பிப் பள்ளிக்குச் செல்வான். மதியம் சாப்பிட வரும் வெற்றிக்கு ஓட்டலில் சோறு வாங்கி ஊட்டி விட்டுவிட்டுத் தானும் உண்பாள் பாப்பம்மாள்.

பாப்பம்மாளுக்கு மார்க்கெட்டில் பெரிய மரியாதை இருந்தது. பூவும் பொட்டும் இல்லாமல், அள்ளிமுடிந்த கொண்டையோடு, இடுப்புச்சேலை விலகிவிடாது இறுக்கிக் கட்டுக் கொண்டு, கால் கூடத் தெரியக்கூடாது என்று மடியிலிருந்து ஒரு சாக்கைத் தொங்கப் போட்டுக் கொண்டு, கூவிக்கூவி மீன் விற்பாள்.

ஒரு நாள் மார்க்கெட்டுக்கு வந்திருந்தாள் பாப்பம்மாளின் அத்தை கனகவள்ளி. பாப்பம்மாள் இருந்த கோலத்தைப் பார்த்து மாரில் அடித்துக்கொண்டு அழுதாள். மார்க்கெட்டே இழவுவீடு போல ஆகிப் போனது. பாப்பம்மாள் அதையெல்லாம் பெரிதாக எடுத்துக்கொள்ளவில்லை.

'எல்லாரும் சாவத்தாம் போறோம். அதுக்காக சாவாரோட சேந்து சாவமுடியுமா? புருசன சாவக் குடுத்தவளெல்லாம் மானம் மரியாதையோட ஒழச்சி வாழ முடியாதா என்ன?'

'நானும் எம்புள்ளையும் யாருக்கும் பாரமா இருக்க மாட்டோம். எங்கையும் காலும் நல்லா இருக்கிறவர வம்பாடுபட்டு ஒழப்பேன். எம்புள்ளை நல்லாப் படிச்சி, பெரிய உத்தியோகத்துக்குப் போயி, என்ன ராணி மாதிரி பாத்துக்குவான். அவன், கொழந்த குட்டின்னு குடும்பமா வாழும்போது என்னையப் பத்திப் பெருமையா நெனைக்கிற மாதிரி நான் நடந்துக்குவேன்.'

'எனக்கு ஒதவுங்கன்னு நான் யாருட்டையும் போயி பிச்சைக்கி நிக்கல. ஒழச்சி சாப்புடுறேன். இதுல வருத்தப்பட ஒன்னுமில்ல' என்று கூறிக் கனகவள்ளியை அனுப்பிவைத்தாள் பாப்பம்மாள்.

# பகுதி – 15

ஆண்கள் போட்டிபோட்டு வியாபாரம் செய்யும் மீன் மார்க்கெட்டில், மூன்று பெண்களும் வியாபாரம் பார்த்தார்கள். அதில் பாப்பம்மாளும் ஒருத்தி. இரண்டாவது செவத்தம்மாக் கெழவி. அவள் கருவாடு விற்றாள். மூன்றாது போந்தாக்கோழி ரேணுகா. ரேணுகா நடுவயசுக்காரி. அவள், கூனி இறால், கீளிப்பொடி, நண்டு, கணவா இவைகளை மட்டும் விற்பாள். கடுமையானக் கோவக்காரி. அவள் சொன்னாள் சொன்ன விலைதான். யாராவது நெடுநேரம் நின்று பேரம் பேசினால், அவளுக்கு வெறிபிடித்துவிடும். ஆண், பெண், பெரியவர், சிறியவர் என்ற பேதங்களையெல்லாம் கடந்துவிடுவாள். வண்டை வண்டையாக வசவுச் சொற்களை வாரிக் குவிப்பாள். ரேணுகாவுக்குக் கோபம் வந்துவிட்டால், மார்க்கெட்டில் உள்ள அனைவருக்கும் கொண்டாட்டம்தான். பக்கம் பக்கமாக எழுதி மனனம் செய்து ஒப்புவிப்பது போல, சரம் சரமாய் வந்து விழும் நாராசமாகச் சொற்கள்.

அன்று வெள்ளிக்கிழமை. பாதிக்குமேல் முஸ்லீம்கள் வாழும் தொண்டியில் வெள்ளிக்கிழமை என்றாலே அசைவ விற்பனை சூடுபிடித்துவிடும். ஜிம்மா தொழுகைக்குப் பிறகு ஊரே வெறிச்சோடிப் போய்விடும். எல்லோரும் கடையடைத்துவிடுவார்கள். இதே வழமையாக இருந்ததால், இசுலாம் அல்லாதவர்களும் வெள்ளிக்கிழமை அரைநாள் கடையடைப்பதை வழக்கமாக்கிக் கொண்டார்கள். மீன் மார்க்கெட்டும் அப்படித்தான்.

காலை பதினோரு மணியிருக்கும். மரைக்காயர் தெருவிலிருந்து கசீனா மாமி இறால் வாங்க வந்தாள். தொண்டியில் திருமணமான இசுலாமியப் பெண்கள், இப்போது சில ஆண்டுகளாகத்தான் கருப்பு புர்கா அணிகிறார்கள். முன்புபெல்லாம் உடுத்தியிருக்கும் சேலைக்கு மேலே ஒரு வெள்ளைச் சேலையை சுற்றிக் கொண்டுதான் வெளியே வருவார்கள். அதைத் 'துப்பட்டி' என்று கூறுவதுண்டு. இப்போதும் வயதானவர்கள் அதைத்தான் பயன்படுத்துகிறார்கள். துப்பட்டி உடுத்திதான் வந்தாள் கசீனா மாமி. அவள் நேராகச் சென்று ரேணுகாவிடம் நின்றாள். இறாலைக் கூறுகட்டி வைத்திருந்தாள் ரேணுகா. கூறு முப்பது ரூபாய் என்று கூவிக் கொண்டிருந்தாள். கசீனா இருபது ரூபாய்க்குத் தரும்படி கேட்டாள்.

'மாமி அதெல்லாங் கட்டாது மாமி'

'பச்சக் கூனி, கையில எடுத்துப் பாரு, ஒரு றாலு வெள்ளையாவோ, செவப்பாவோ இருந்தா சும்மாவே எடுத்துக்குட்டுப் போ.'

'நீ கேக்குறதப் பாத்தா, தூக்குக் கூலிக்குக் கூடக் காணாது. ஒன்னைய ஏமாத்திச் சம்பாரிச்சி நாங் கோட்டையா கட்டிறப்போறேன். முப்பது ரூவாயக் குடுத்துட்டு அள்ளிக்கிட்டு போ மாமி' என்றாள் ரேணுகா.

கசீனாவுக்கு முப்பது ரூபாய் கொடுக்க மனமில்லை. மீண்டும் மீண்டும் பேரம் பேசிக்கொண்டிருந்தாள். மார்க்கெட்டில் உள்ள மொத்த வியாபாரிகளின் கண்களும் காதுகளும் கூர்மையாகக் காத்திருந்தன. பாப்பம்மாளுக்கு சிரிப்பே வந்துவிட்டது.

'ஆத்தா தொண்டியம்மா.... இந்த மாமி என்ன பாடுபடப்போகுதோ!' என்று தன் மனதுக்குள் சொல்லிக் கொண்டாள் பாப்பம்மாள்.

ரேணுகாவுக்கு எரிச்சலாகிப் போனது.

'மாமி! முப்பது ரூவாக்கி ஒரு ரூவா குறையாது. விருப்பமுனா வாங்கு, இல்லனா கௌம்பு. ஊருல இல்லாத ஓவியமா றாலு வாங்கக் கௌம்பி வந்துட்ட' என்று கடுப்பாகப் பேசிவிட்டு, முகத்தைச் சுளித்துக் கொண்டாள். கசீனா கிளம்புவதாக இல்லை.

'இங்க பாரும்மா! இருபது ரூவாதான் இருக்கு, குடுப்பியா மாட்டியா?' என்றாள் கசீனா. இதற்கு மேல் ரேணுகா பொறுக்கமாட்டாள் என்று மார்க்கெட்டில் உள்ள வியாபாரிகளுக்கு நன்றாகத் தெரியும். விற்பனையை நிறுத்திவிட்டு ரேணுகாவை வைத்த கண் வாங்காமல் பார்த்துக் கொண்டிருந்தன அனைத்து விழிகளும். ரேணுகா, ஒரு பிளாஸ்டிக் பையில் ஒரு கூறு இறாலை அள்ளிப்போட்டு, பையை ஒரு முடிச்சிப் போட்டுக் கையில் தூக்கிக் கொண்டு எழுந்தாள்.

'இந்த மாமி, இது முப்பது ரூவா றாலு, நீ இருவது ரூவா குடுத்துட்டுப் போ ஓம் புருசன ராத்திரி ஏ வீட்டுக்கு அனுப்பி வை. மீதிப் பத்துரூவாயக் கழிச்சி விட்டுருறேன்' என்று சொன்னபடி இறால்பையை நீட்டினாள். என்ன பேசுவது? எப்படிப் பேசுவது? என்று ஒன்றும் விளங்கவில்லை கசீனாவுக்கு.

'சீ.... இம்புட்டு ஆம்புளைகக் கூடி நிக்கிற இடத்துல இப்புடியா பேசவே?'

'ஒரு பொம்புளைக்கி இந்த வாயி ஆகாது' என்றாள் கசீனா.

'ஆத்தாடி ஆத்தா.... கேட்டீகளா இந்த நாயத்த....'

'ஒத்த வீட்டு நாயி எதுக்கோ காத்துக் கெடந்தமாரி, வெள்ளன வெடுக்குன்னு எந்திரிச்சிப்போயி, கடக்கரையிலக் காத்துக்கெடந்து, இறாலை ஏலத்துக்கு எடுத்து, கழுத்துச் சுளுக்க சொமந்து வந்து விக்கிறேன். நீ பகுமானமா வந்து பேரம் பேசிக்கிட்டு நிக்கிறே....'

'காலையில இருந்து சாயங்காலம் வரக் குத்தவச்சி யாவாரம் பாத்தாத்தானேத் தெரியும் குண்டி எரிச்சலு'

'பொத்துனாப்புல வந்து மொதலுக்கே மோசம் பண்ணுறியே.... ஒன்னட்ட இப்புடிப் பேசாம வேற எப்புடி பேசுவாங்க?' என்றாள் ரேணுகா.

கசீனாவுக்கு வெக்கமும் வேதனையும் கூடிப்போனது.

'ஒரு பொம்புளைக்கி இம்புட்டு வாய்க்கொழுக்கு ஆகாது. எம் மாப்புளைட்டச் சொல்லி ஒன்ன போலீசுட்ட புடிச்சிக் குடுக்கச் சொல்லு றேன்.' என்று சொல்லிவிட்டு விறுவிறுவென நடந்தாள்.

'மாமி.... போயி ஓம் மாப்புளைட்டச் சொல்லி போலீசுட்ட சொல்லச்சொல்லு. அந்த போலீசுக்காரனே நேத்து ராத்திரி என்னோடதான் இருந்தான்.' என்று உரத்த குரலில் கத்தினாள். மார்க்கெட்டில் இருந்த சனமெல்லாம் சத்தமில்லாமல் சிரித்தது.

'நல்லவேலைப் பொம்புளையாப்போச்சு, ஆம்புளையா இருந்தா கைய உள்ள விட்டு நசுக்கிவிட்டிருப்பா போந்தாக்கோழி' என்றான் பாறப்பங்கு விற்கும் உஜாலா முருகேசன். உஜாலாவை ஒரு குவளையில் ஊற்றி உற்றுப்பார்த்தால் ஒரு கருநீல நிறமாகத் தெரியுமே, அந்த நிறத்தில் இருப்பான் முருகேசன். எனவே அவனுக்கு உஜாலா என்று பட்டப்பெயர்.

வீட்டுக்குச் சென்ற கசீனா, தன் கணவனிடம் நடந்ததைச் சொல்லி, அவளுக்கு ஒரு நல்ல பாடம் புகட்டும்படிக் கேட்டுக் கொண்டாள்.

'அடி போடி லூசு முண்ட, அவளுட்டப் போயி வாயக்குடுக்க முடியுமா?'

'யா அல்லா! அவளமாரி ஒரு பொம்புளைய நாம்பாத்ததே இல்ல'

'நம்ம பெட்டிக்கட உமர் பாய அவ படுத்தினப் பாடு இருக்கே.... இப்போ நெனச்சாலும் சிரிப்புதான் வருது' என்று கூறிய கசீனாவின் கணவன் அஜீஸ், அன்று நடந்த சம்பவத்தைச் சொல்லத் துவங்கினான்.

பெட்டிக்கடை வைத்திருக்கும் உமர் பாய் ஒரு கஞ் சப்பிசிநாரி என்பது ஊரறிந்த செய்தி. கடைக்குப் பொருள் வாங்க வருபவர்களிடம் மீதிச் சில்லறை இல்லை என்று சொல்லி, கிடப்பில் கிடந்துபோன பழைய மிட்டாய்களை எல்லாம் அவர்கள் தலையில் கட்டிவிடுவார். இளவட்டங்கள் அவருடைய கடையை 'லெமூரியா பெட்டிக்கடை' என்றுதான் அழைப்பார்கள். அழிந்துபோன லெமூரியாக் கண்டம் எத்தனைக் காலத்துக்கு முற்பட்டதோ, அத்தனைப் பழைய சரக்குகள்தான் அவர் கடையில் கிடைக்கும் என்று பகடி செய்வதற்காக அப்படிப் பெயர் வைத்து அழைத்தனர்.

தொண்டியில் முசுலீம்கள் பொதுவாக வெள்ளைக் கைலிதான் உடுத்துவார்கள். கடைகளுக்குள் வேலை பார்க்கும் போது கைலியை முழங்கால் வரைத் தூக்கிக் கச்சை கட்டிக் கொள்வது வழக்கம். தெருக்களில் நடக்கும் போது கச்சைக் கட்டி நடக்கக் கூடாது என்பது எழுதப்படாதச் சட்டம். ஆனால் உமர் பாய்க்கு, எப்போதும் கைலியைக் கச்சைக் கட்டிக்கொண்டு நடப்பதுதான் பழக்கம். உமர் பாய் ஒரு நாள் மார்க்கெட்டுக்கு இறால் வாங்கப் போனார். அவரது கெட்ட நேரம், அன்று போந்தாக்கோழி ரேணுகாவிடம் மட்டும்தான் இறால் இருந்தது. மார்க்கெட், சேரும் சகதியுமாக இருந்ததால் உமர் பாய் கைலியைச் சற்று உயத்தியே கச்சை கட்டிக் கொண்டார். தரையில் அமர்ந்து

வியாபாரம் பார்த்துக் கொண்டிருக்கும் ரேணுகாவுக்கு உமர் பாய் நின்ற கோலத்தைப் பார்க்கவே எரிச்சலாக இருந்தது. ரேணுகா சொன்ன விலையிலிருந்து, பாதி விலைக்குப் பேரம் பேசினார் உமர் பாய். நெடுநேரம் நின்றுகொண்டு பேரம் பேசிய உமர் பாயைக் கடுப்போடு பார்த்தாள் ரேணுகா.'முடிஞ்சா வாங்கு, இல்லேன்னா எடத்த காலி பண்ணு பாய்' என்று கூறிவிட்டாள். இதுதான் ரேணுகாவின் பொறுமையான பேச்சு என்பதை மார்க்கெட்டே அறியும். அடுத்து அவள் வாயிலிருந்து வந்து விழப்போகும் வண்ண வண்ணமான வார்த்தைகளைக் கேட்பதற்கு அனைவரின் செவிகளும் ஆயத்தமாக இருந்தன. பேரத்தைத் தொடர்ந்தார் உமர் பாய். அன்று ரேணுகாவுக்குப் பேச மனமில்லை.

ரேணுகா இப்படி ஒரு செயலில் இறங்குவாள் என்று யாரும் எதிர்பார்க்கவில்லை. பச்சை இறாலை, ஒரு பெரிய ஈயச்சட்டியில் ஐஸ்தண்ணீருக்குள் போட்டு வைத்துக் கொண்டு, வெளியே கூறு கட்டி வைத்திருக்கும் இறால் முடிந்தவுடன், சட்டியில் உள்ளவற்றை அள்ளி எடுத்துக் கூறு கட்டிக் கொள்வதுதான் வழக்கம். அந்த இறால் சட்டியிலிருந்த தண்ணீரை ஒரு பெரிய குவளையில் அள்ளினாள். உட்கார்ந்திருந்த இடத்திலிருந்தே உமர் பாயின் கச்சை கட்டியிருந்த கைலியை எட்டிப் பிடித்து இழுத்தாள். குவளைத் தண்ணீரை அவர் கவட்டுக்குள் ஏற்றி அடித்தாள். தண்ணீரின் குளு குளுப்பு கவட்டுக்குள்ளிருந்து கபாலம் வரை கடந்து சென்றது. மனுசன் நிலைதடுமாறிப் போனார். கைலியெல்லாம் கன்னங்கரேல் என்றாகிப் போனது. மார்க்கெட்டில் உள்ள மக்களெல்லாம் கைகொட்டிச் சிரித்தார்கள். உமர் பாய்க்குக் கோபம் பீறிட்டது.

'அடிக் கண்டார......' என்று துவங்கியவர், ஊரில் புழக்கத்தில் இருந்த அனைத்துக் கெட்ட வார்த்தைகளையும் அள்ளித் தெளித்தார். ஆவேசமாக வசைபாடினால் நெடுநேரம் தாக்குப் பிடிக்க முடியாது. அவனுக்கு மூச்சு முட்டட்டும், பிறகு நாம் ஆரம்பிக்கலாம் என்று காத்திருந்தாள் ரேணுகா. உமர் பாய்க்கு மூச்சு இறைத்தது. ரேணுகா முந்தானையை இடுப்பில் சொருகிக் கொண்டு எழுந்தாள்.

'ஆமா.... ஊரு பயலுகளுக்கெல்லாம் நா முந்தி விரிச்சவன்னு சொல்லுறியே!'

'நீதான் ஏ வீட்டுக்குள்ள வந்து, உத்தரத்துல விளக்க மாட்டிவச்சு வேடிக்க பாத்தியா?'

'இல்ல.... ஒங்க ஆத்தா அப்பன அனுப்பிவச்சியா?'

'ஒரு பொட்டச்சி உக்காந்து யாவாரம் பாத்துகுட்டிருக்கே....'

'சாரத்தத் தொட வரக்கித் தூக்கிக் கட்டிக்கிட்டு மூஞ்சிக்கி முன்னாடி மணியாட்டிக்கிட்டு நிக்கிறே....'

'ஏதோ போனாப் போகுதுன்னு றாலுத்தண்ணிய அள்ளி ஊத்தி உட்டேன்'

'எனக்கு மண்டக்கிறுக்குப் புடிச்சிருந்தா.... வெந்நியப் புடிச்சி ஊத்தி ஒஞ் சுண்ணியக் கருக்கிவிட்டிருப்பேன்.'

'திருப்பிப் பாக்காம ஓடிரு.... இல்லான்னா மார்கெட்டுக்குள்ள கடக்குறச் சேறு சகதிய அள்ளிக் குளிப்பாட்டி உட்டுப்புடுவேன்' என்று மார்க்கெட்டே அதிரும்படி கத்தினாள் ரேணுகா.

உமர் பாய்க்குத் தெரிந்த இரண்டு ஆண்கள் அவரை மார்க்கெட்டை விட்டு வெளிய அழைத்துச் சென்றார்கள்.

'அல்கம்துலில்லா! உமரு.... இந்த அளவோட ஒன்னைய விட்டாளே. அல்லாஹு! அவ பெரிய லம்பாடி பொம்புளப்பா.... இவ்வளவு பெரிய மார்க்கெட்டுல, வேற யாருட்டையும் றாலு கெடைக்காமயா போச்சு.... இருந்திருந்தும் அவளுட்ட போனியே. ஒந் தலை நசீபு அப்புடி எழுதி இருந்திருக்குது. சரி கௌம்பு மொதல்ல ஊட்டுக்குப் போயி கைலிய மாத்து. றாலு வெடுக்கு, ஒடம்பெல்லாம் பிசு பிசுத்துப் போகும்' என்றார் அமானுல்லா பாய்.

'இல்ல அமானுல்லா, இவள விடக்கூடாது. ஜமாத்துல புகார் பண்ணணும்' என்றார் உமர் பாய்.

'வெல கொறைக்கலன்னு கைலியாக் கௌப்பிக் காட்டுறான்னு சொல்லி, பத்து பேரு முன்னால, இருக்குற மிச்சம் மீதி மானத்தயும் வாங்கிப்புடுவா'

'மூடிக்கிட்டு ஊட்டுக்குப் போயி ஆகவேண்டிய வேலையப் பாரு' என்று கூறிவிட்டு இருவரும் விலகிச் சென்றார்கள். அழுக்கு வேட்டியோடு, அவமானத்தையும் சுமந்துகொண்டு வீடுவந்து சேர்ந்தார் உமர் பாய்.

ஆடைகளை அவிழ்த்துப் போட்டுவிட்டு, துண்டைக் கட்டிக்கொண்டு, அண்டாவில் சேமித்து வைத்திருந்த தண்ணீரை அள்ளித் தலையில் ஊற்றினார். உமர் பாயின் மனைவி கைஜா பதறிப்போய் ஓடிவந்தாள். நீங்கள் கழட்டிப் போட்ட உள்ளாடைக்குள் ஐந்து இறால்கள் எப்படி வந்தது என்று கேட்டாள். என்ன சொல்வது என்று தெரியாது விழித்துக் கொண்டிருந்தார் உமர் பாய்.

இந்த நிகழ்ச்சியைக் கசீனாவிடம் சொன்னான் அஜீஸ். கசீனாவுக்கு ரேணுகா மீது இருந்த கோபம் நீங்கி, சிரிப்பு வந்துவிட்டது.

'யா அல்லா! என்னைய நாறடிக்காம விட்டாளே.... அல்லாவுக்குத்தான் நன்றி சொல்லனும்' என்றாள் கசீனா.

# பகுதி – 16

காளியம்மாளின் கணவன் செல்லையா உள்ளூர் ஜவுளிக்கடை ஒன்றில் வேலை பார்க்கிறான். அவர்களுக்கு இரண்டு ஆண் பிள்ளைகள். மூத்தவன் பார்த்திபன், கீழக்கரை கல்லூரியில் பொறியியல் படிப்பு முடித்துவிட்டு ஓரிரண்டு ஆண்டுகள் பெங்களூரில் பணிபுரிந்தான். அவனுக்கு வெளிநாடு சென்று வேலை பார்க்க வேண்டும் என்று ஆசை. துபாய் வேலைக்காக முயற்சி செய்துகொண்டிருந்தான். சென்ற மாதம்தான் வேலை கிடைத்தது. ஒரு செலவும் இல்லாமல் அந்த நிறுவனமே பார்த்திபனை வேலைக்கு எடுத்துக்கொண்டது. துபாய் செல்வதற்கு முன், குடும்பத்தோடு திருவெற்றியூர் பாகம்பிரியாள் கோயிலுக்குச் சென்று சாமி கும்பிட்டார்கள்.

'எம் புள்ள துபாயில போயி நல்லபடியாக வேலை செய்யனும்.'

'அவனுக்கு எந்தச் சங்கட்டமும் வந்துரக்கூடாது ஆத்தா! அவந் தொட்டதயெல்லாந் தொலங்க வச்சுரும்மா!'

'எம் புள்ள மொத மாசச் சம்பளம் அனுப்புனதும் ஒனக்கு மூனு சேவல் வாங்கியாந்து தந்துடுறேன்' என்று நேர்த்திக்கடன் வைத்துவிட்டு வந்தாள்.

தொண்டியிலிருந்து ஏழு கிலோமீட்டர் தொலைவில் உள்ளது திருவெற்றியூர் என்ற கிராமம். அங்குக் கோயில் கொண்டிருக்கும் இறைவிக்கு பாகம்பிரியாள் என்று பெயர். இறைவர் பெயர் வன்மீகநாதர். கோயிலுக்கு வலப்புறம்

உள்ள திருக்குளத்துக்கு வாசுகித் தீர்த்தம் என்று பெயர். சிவபெருமான் கழுத்தில் அணிந்திருக்கும் வாசுகி என்ற நாகத்தின் வழிவந்த நாகர்கள், இந்தத் திருத்தலத்தில் நீராடி இறைவனையும் இறைவியையும் வழிபட்டார்கள் என்று நம்பப்படுகிறது. வாசுகித் தீர்த்தத்தில் நீராடிவிட்டு இறைவனையும் இறைவியையும் வழிபட்டால் தீராத நோயும் தீர்ந்துபோகும். விஷக்கடிக்குப் பாகம்பிரியாள் கோயில்தான் மருத்துவமனையாகத் திகழ்கிறது. இந்த பாகம்பிரியாளை 'மருத்துவச்சி அம்மன்' என்றும் அழைக்கிறார்கள். இத்திருக்கோயிலிலிருந்து திருநீறை எடுத்துச்சென்று வீட்டைச்சுற்றித் தூவிவிடுவார்கள். அப்படிச் செய்தால் எந்த விசஜந்துக்களும் வீட்டுப்பக்கம் அண்டாது. இங்குள்ள புற்றிற்கு நாட்டுக் கோழி முட்டையை வாங்கி வந்து காணிக்கையாக வைப்பது மரபு. எந்த வேண்டுதலாக இருந்தாலும் உடனே நிறைவேற்றி வைப்பாள் அன்னை பாகம்பிரியாள். ஒருவர் மீது சினம் கொண்டு, 'அவனுக்குத் தக்க பாடம் புகட்டு அம்மா' என்று மனதுக்குள் முறையிட்டுவிட்டு, ஏதோ ஒரு சூழ்நிலையில் அவரோடு இணக்கமாகிவிடலாம் என்று முடிவெடுத்தால், குறிப்பிட்ட அந்த நபரை அழைத்து வந்து அன்னைக்கு முன்னாள் திருநீறு வைத்துத்தான் இராசியாகிக் கொள்ளவேண்டும். எந்த முறையீட்டுக்கும் உடனே செவிச் சாய்க்கும் அன்னையின் அளப்பரியக் கருணையை மறந்து போனவர்களை, அல்லரை சில்லறையாகச் சிதறடித்து விடுவாள் பாகம்பிரியாள். அருளும், ஆத்திரமும் சமஅளவு கொண்டவள் அவள்.

காளியம்மாள், வறுமைக் கோடுகளைக்கூட எட்டிப்பிடிக்க முடியாத வறுமையின் படுபாதாளத்தில் வளர்ந்தவள். அவள் புகுந்த வீட்டின் நிலையும் அப்படித்தான் இருந்தது. கணவனின் ஊதியம் இருபிள்ளைகளை வளர்ப்பதற்குப் போதுமானதாக இல்லை. காலையில் ஆப்பம் சுட்டு விற்பாள். இரவில் இடியாப்பம் சுட்டு விற்பாள். விலை கொடுத்து விறகு வாங்கமாட்டாள். அன்னியூத்துக் கருவக் காட்டுக்குள்ளே போய் சுள்ளிகளைப் பொறுக்கி வந்து சேர்த்து வைத்துக்கொள்வாள். அது ஆண்கள் வெளிக்குப்போக ஒதுங்கும் இடம் ஆதலால்

மதியம் பன்னிரண்டு அல்லது ஒரு மணிக்குப் போய் சுள்ளிப் பொறுக்குவாள்.

'ஈத்தரப் பயலுக! நேரங்கெட்ட நேரத்துலயும் பேல வந்துடுறாங்கெ'

'இவங்கெ புட்டத்தையெல்லாம் பாக்கணும்முன்னு எந்தலையில எழுதிக் கெடக்கு'

என்று தன் விதியை நொந்துகொண்டு, இரண்டு சொட்டுக் கண்ணீரையும் விட்டுவிட்டு, சுள்ளிக்கட்டைத் தலையில் சுமந்துகொண்டு வருவாள் காளியம்மாள்.

மூத்தவன் பார்த்திபனைப் படிக்க வைக்கக் காளியம்மாள் பெரும் பாடுபட்டுப் போனாள். பார்த்திபன் படித்த அதே கல்லூரியில், தொண்டி வடக்குத் தெருவைச் சேர்ந்த கமால் வாத்தியார் பேராசிரியராக வேலை பார்த்தார். பார்த்திபன் நன்றாகப் படிப்பதைப் பார்த்து, தேர்வுக் கட்டணத்தையெல்லாம் அவரே கட்டினார். பெரும்பான்மையாகப் பார்த்தால் கற்றவர்கள்தான் சுயநலம் மிக்கவர்களாக இருப்பார்கள். ஆனால் கமால் வாத்தியார் அப்படிப்பட்டவர் இல்லை. அதிலும் தன் சொந்த ஊர்ப் பிள்ளைகள் மீது மிகுந்த அக்கறை கொண்டவர் அவர். பார்த்திபனின் படிப்பு முடிந்தவுடம், கமால் வாத்தியாரின் வீட்டுக்குச் சென்ற காளியம்மாள், அவர் காலில் விழுந்து அழுத அழுகையைப் பார்த்து கமால் வாத்தியாரின் குடும்பமே கண்ணீர் விட்டது.

'கமால் வாத்தியாரு எம் புள்ளைக்கிச் செஞ்ச ஒதவிக்கி, அடுத்த பொறப்புல, அவரு கால்ல கெடக்குற செருப்பாப் பெறந்துதான் ஏ நன்றிக்கடனத் தீத்துக்கனும்'

என்று தெரிந்தவர்களிடமெல்லாம் சொல்லி வாயாத்துப் போவாள் காளியம்மாள். பார்த்திபன் துபாய்க்கு வேலைக்குச் சென்றதில் நிலைகொள்ளாத சந்தோசம் அவளுக்கு.

'இன்னும் ஒரு மூனு மாசத்துல இந்த ஆப்பக்கடைய ஏறக்கட்டிறனும்' என்று முடிவு செய்துகொண்டாள். பார்த்திபன் அனுப்பிய முதல் மாதச் சம்பளத்தைக் கையில் வாங்கிய காளியம்மாள் 'குய்யோ முய்யோ' என்று அழுது ஆர்ப்பாட்டம் செய்துவிட்டாள். நூறு ரூபாய்க்கட்டை முதன்முதலாகக் கையில் தொட்டுப் பார்த்தவளுக்கு, தன் மகிழ்ச்சியை எப்படி வெளிப்படுத்துவது என்று தெரியவில்லை. அதற்குக் கருவியாக இருந்ததது அவளின் கண்ணீர் மட்டும்தான்.

காளியம்மாளின் இரண்டாவது மகன் குமரேசன், தெருவில் கிட்டி விளையாடிவிட்டு வீட்டுக்குள் நுழைந்தான். கைகால்களைக் கழுவிக்கொண்டு அம்மாவிடம் தேநீர் கேட்டான். களைத்துப்போய் வந்தவன் கொஞ்சநேரம்

படுக்கலாமென்று தலையணையை எடுத்துத் தரையில் போட்டான். தலையணை உறைக்குள்ளிருந்து சிறிய பாம்பு ஒன்று விழுக் விழுக்கென்று ஓடியது.

'எம்மா.... பாம்பு பாம்பு...' என்று கூப்பாடு போட்டான் குமரேசன். பதறிப்போய் ஓடிவந்த காளியம்மாள் பாம்பை அடித்துச் சாக்கடையில் தூக்கிப் போட்டாள். தலையணைக்குள் எப்படிப் பாம்பு வந்தது என்று குழம்பிப் போனாள். வீட்டுக்குள் இருக்கவே பயமாக இருந்தது இருவருக்கும். இடியாப்பத்திற்கு உலை வைக்கலாம் என்று கவிழ்த்தி வைத்திருந்த சட்டியை நிமிர்த்தினாள். அதற்குள்ளிருந்து ஒரு பாம்பு ஊர்ந்து சென்று சுள்ளிக் கட்டுக்குள் ஒளிந்துகொண்டது. சுள்ளிக் கட்டை புரட்டினாள். அதற்குள்ளிருந்து கூடுதலாக இரு பாம்புகள் வெளிப்பட்டன. தலை சுற்றுவதுபோல் இருந்தது காளியம்மாளுக்கு. பயத்தில் வேர்த்துக் கொட்டியது. முந்தானையை எடுத்து முகம் துடைத்தாள். முந்தானையிலிருந்து 'தொப்'பென்று ஒரு பாம்புக்குட்டி விழுந்தது. நடுநடுங்கிப் போனாள். சேலையை உதறினாள். பயத்தில் துள்ளிக் குதித்தாள்.

'ஆத்தா.... பாகம்பிரியா.... இது என்னம்மா சோதன....' என்று தலையில் அடித்துக் கொண்டு அழுதவளுக்கு 'சுளீர்' என்று அடித்தது போல ஒரு நினைவு வந்தது. மூத்தமகன் அனுப்பும் முதல் சம்பளத்தில் மூன்று சேவல் வாங்கி காணிக்கை செலுத்துவதாக நேர்த்திக்கடன் வைத்துவிட்டு, அதை அடியோடு மறந்துபோனோமே! அதனால்தான் தெய்வம் இப்படிக் குறி காட்டுகிறது என்பதை உணர்ந்தவள், பணத்தை எடுத்துக்கொண்டு வாப்பட்டி பஞ்சவர்ணம் வீட்டுக்கு ஓடினாள். மூன்று சேவல்களை விலைக்கு வாங்கி தன் மகன் கையில் கொடுத்துவிட்டு, வீட்டைப்பூட்டிச் சாவியை எடுத்து இடுப்பில் செருகிக் கொண்டு, மகனோடு பேருந்து நிலையத்துக்குப் புறப்பட்டாள்.

வழியில் எதிர்ப்பட்ட காட்டுச்சேவல், தொண்டியம்மாள், சாந்தி ஆகிய மூவரிடமும் நடந்ததைச் சொல்லி முடித்தாள் காளியம்மாள். தொண்டியம்மாள், நானும் உன்னோடு

வருகிறேன் என்று சொல்லி காளியம்மாளுடன் புறப்பட்டாள். சாந்தியை, தன் மகள் மற்றும் பேத்திக்குத் துணையாகத் தன் வீட்டில் இருக்கும்படிச் சொல்லிச் சென்றாள். மூவரும் திருவெற்றியூரில் இறங்கினார்கள். காளியம்மாள் காணிக்கையைச் செலுத்தி சாமி கும்பிட்டுவிட்டு, ஒரு கைப்பிடியளவு திருநீற்றை அள்ளி முடிந்துகொண்டாள். தொண்டியம்மாள், பாகம்பிரியாள் முன் அமர்ந்துகொண்டு விசும்பி விசும்பி அழுதுகொண்டிருந்தாள். தன் இரண்டாவது மகன் கொற்றவன் பேசிய பேச்சுக்களை அவளால் மறக்க முடியவில்லை.

'நா வம்பாடுபட்டு வளத்து ஆளாக்கிவிட்டேன்.'

இன்னைக்கி பெத்தவளுக்கு புள்ள இல்லன்னு ஆக்கிட்டியே ஆத்தா....'

'அவன எங்கண்ணு முன்னால நாசமாக்கிக் காட்டிரு....'

'நாலு பெத்தேன் ஒன்னு செத்துப்போச்சின்னு நெனச்சிக்கிட்டுத்தான் வாழுறேன்.'

'அவன் வந்து எங் காலுல உழுந்து, என்ன மன்னிச்சிருன்னு கதறனும்.'

அவன் பொண்டாட்டிப் புள்ளைய எழந்து நடுரோட்டுல நிக்கிறத எனக்குக் காட்டிப்புடு.'

ஒனக்குக் கெடா வெட்டிப் பொங்க வக்கிறேன்.' என்று வாய்விட்டு அழுதாள். அருகில் வந்த காளியம்மாள், தொண்டியம்மாளை அழைத்துக் கொண்டு வெளிப் பிரகாரத்துக்கு வந்தாள்.

'பெத்த புள்ள கொலகாரன், கொள்ளக்காரன், குடிகாரனா இருந்தாலும் பெத்தவ விட்டுக் குடுக்கமாட்டான்னுதான் நாங் கேள்விபட்டுருக்கேன், நீ என்னடி பெத்த புள்ள நாசமாப் போகட்டுமுன்னு தெய்வத்துட்ட மொறையிடுறே!'

'இப்புடியெல்லாம் ஒலகத்துல உண்டா?'

'இது கடவுளுக்கே அடுக்குமா?'

'குஞ்சி மிதிச்சு கோழி செத்துருமாடீ!?'

'இருந்தாலும் ஒனக்கு இந்த ஆங்காரமும், வீட்டுமயும் ஆகாது. நீ சொமந்து பெத்த புள்ளதானடீ, நாளைக்கி அவனுக்கு ஒன்னு ஆச்சுன்னா ஒனக்குத்தான ஈனம்.'

என்று பலவாறு அறிவுரை சொன்னாள் காளியம்மாள். தொண்டியம்மாள் வெடித்து அழுதாள்.

'அடியேய்! நாம்பட்ட பாடு உனக்குத் தெரிஞ்சது தானடீ'

'ஐயய்யோ.... ஏ உதிரங் கொதிக்கிதே....'

'ஆத்தா! பாகம்பிரியா.... ஏ வயிறு எரியுதே....'

'புள்ளைக புள்ளைகன்னு நெனைச்சுத்தானே ஏ வாழ்கையையே எழந்தேன்...'

'அந்தப் புள்ளைகளையே, என்னயப் பீயப் பாக்குறமாரி பாக்கவச்சிட்டியே....'

'என்னையக் கேக்காத கேள்வி கேட்டுப்புட்டானே....'

'ஏ ஈரக்கொலக் கருவுதே....'

'ஏ ஈரக்கொலக் கருவுதே....'

'ஏ ஈரக்கொலக் கருவுதே....' என்று கோயில் அதிரக்கத்திகொண்டே மயங்கிச்சரிந்தாள் தொண்டியம்மாள்.

தொண்டியம்மாளின் மயக்கத்தைத் தெளிவித்து, அவளை வீட்டுக்கு வந்து சேர்ப்பதற்குள், காளியம்மாளுக்குப் போதும் போதும் என்றாகிவிட்டது.

# பகுதி – 17

அன்று காளியம்மாள் மகன் குமரேசனுக்குப் பள்ளி விடுமுறை. செய்யது முகம்மது அரசுப்பள்ளி மைதானம்தான் தொண்டியின் வேடந்தாங்கல். விடுமுறை நாட்களில் தொண்டியில் உள்ள மற்ற பள்ளிகூடத்துப் பிள்ளைகள் கூட இங்கு வந்து குவிந்து விடுவார்கள். கால்பந்து, கைப்பந்து, மட்டைப்பந்து, பள்ளிகூடத் திண்ணைகளில் சீட்டாட்டம் என்று வாராவாரம் திருவிழாக்கோலம் பூண்டுவிடும். தொண்டிப் பிள்ளைகள் நன்றாகப் படிக்க வேண்டுமென்று, தொண்டியைச் சார்ந்த நான்கு இசுலாமியப் பெரியவர்கள் தங்கள் நிலத்தை அரசுப் பள்ளிக்கு தானமாகக் கொடுத்தார்கள். ஐயா செய்யது முகம்மது அவர்களின் தலைமையில் இந்த நற்பணி நிகழ்ந்ததால் பள்ளிக்கூடத்திற்கு 'செய்யது முகம்மது அரசு மேல்நிலைப் பள்ளி' என்று பெயர் சூட்டப்பட்டது. தொண்டியில் பிறந்த ஒவ்வொரு மனிதனும் அந்த வள்ளல் பெருமக்களை நன்றியோடு நினைத்துப் பார்க்க வேண்டும். தன் பெண்டு, தன் பிள்ளை என்று தன்னலம் மிகுந்து போன இந்தச் சமூகச் சூழலில், ஏழு ஏக்கர் நிலத்தை மக்கள் நலனுக்காகத் தானமாகக் கொடுத்துள்ளார்களே! அவர்கள் அனைவரும் போற்றுதலுக்குரியவர்கள் என்பதில் எந்த ஐயமும் இல்லை. ஐயா செய்யது முகம்மது அவர்களின் புகைப்படம், தொண்டி பஞ்சாயத்து அலுவலகத்தில் இன்றும் காட்சியளிக்கிறது.

அக்காலங்களில் பள்ளிப் பிள்ளைகளின் அதிகபட்சக் கெட்ட பழக்கம் 'திருட்டு பீடி' அடிப்பதுதான். ஒரு

பீடியை யாருக்கும் தெரியாமல் அடிப்பதற்கு, அனீஸ் நகர் கருவக்காட்டுக்கும், நரிக்குடி கம்மாக்கரைக்கும் சளைக்காமல் நடந்து போவார்கள். செய்யது முகம்மது அரசு பள்ளிக்கு எதிரே ஒரு பாழடைந்த மஞ்சள் கட்டடம் உள்ளது. அதற்குப் பின்னால் கருவக்காடு. மஞ்சள் கட்டடத்துப் பக்கம் ஒருவன் ஒதுங்கினால் பீடி, சிகரெட்டோடுதான் ஒதுங்குவான். திரும்பி வரும்போது வாயில் நிஜாம் பாக்கினை மென்றுகொண்டே வருவான்.

சனி மற்றும் ஞாயிற்றுக் கிழமைகளில், மஞ்சள் கட்டடத்துக்கு முன்பு சீட்டு விளையாட்டு ஜகஜோதியாய் நடக்கும். ரம்மி சேர்ந்துவிட்டால் வாயில் பீடியை இடுக்கிக் கொண்டு 'வீச் வீச்' என்று கத்துவதில் பெயர்போனவன் குமரேசன். குமரேசன் வீட்டிலும், தெருவிலும் அப்புராணிப் பயல் போல நடிப்பான். தன்னுடன் படிக்கும் நண்பர்களுடன் சேர்ந்துவிட்டால் முழுமையான ஒரு போக்கிரிப் பயலாய் மாறிப் போவான். அங்கு அமர்ந்து சீட்டாடும் எவனையும், எவனும் பெயர்சொல்லி அழைக்க மாட்டார்கள். அனைவருக்கும் பட்டப் பெயர்கள் இருந்தது.

ஆப்பசச்சட்டி, அருணாக்குடி, ஆக்காட்டி, ஒட்டுப்பொறுக்கி, பொத்துக்கிளி, தொடதட்டி, கைமுட்டி, பாம்பே பைலா. இதுதான் அவர்களின் பட்டப் பெயர்கள். இதில் குமரேசன் பெயர்தான் ஆப்பசச்சட்டி. ஒரு பீடியைப் பற்றவைத்து ஒவ்வொருவனும் ஒவ்வொரு இழுப்பு இழுப்பார்கள். ஒரு பீடி, ஒரு சுற்று வருவதற்குள் முடிந்துபோகும். 'டேய் அந்தப் பீடிய எடுடா' என்று ஒருவன் கேட்டால், அவன் கைக்குப் பீடிக்கட்டும் தீப்பெட்டியும் போய்ச் சேரும். அவன் பற்றவைத்து ஓர் இழுப்பு இழுத்துவிட்டு அடுத்தவனிடம் கொடுப்பான். பிறகு அடுத்தச் சுற்றுத் துவங்கும். சீட்டாட்டத்தோடு, பீடி இழுக்கும் வேலையும் பிசகாமல் நடைபெறும். பீடி முழுமையாக எரிந்து உதட்டைச் சுட்ட பின்புதான் கீழே போடவேண்டும். ஓரிரண்டு இழுப்பு மிச்சம் இருக்கும் போதே எவனாவது பீடியைக் கீழே போட்டால், அவன் பரம்பரையையே இழுத்துக் கழுவிக் கழுவி ஊற்றுவார்கள்.

ஆப்பச்சட்டி குமரேசன் இதில் பெரிய கில்லாடி. கடைசி இழுப்பு உதட்டைச் சுடுமென்று, பீடியை இரு விரல்களின் நகத்தால் பிடித்துக் கொண்டு விரல்களின் மேல் வாய்வைத்து இழுப்பான். விரலும் சுடாது, உதடும் சுடாது. என்ன செய்வது? நல்லதோ கெட்டதோ எந்தச் செயலாக இருந்தாலும் நுண்ணறிவு தேவைப் படத்தானே செய்கிறது.

குமரேசன், மதியம் சாப்பிடுவதற்காக வீட்டுக்கு வந்தான். காளியம்மாளும் குமரேசனும் சேர்ந்து சாப்பிட்டார்கள். பச்சரிசிச் சோற்றுடன் முருங்கைக்காய் பருப்பாணம், காய்ந்த மிளகாய் போட்டு வறுத்த நெத்திலிக் கருவாடு, பச்சைப்புளி ரசம் இவைதான் அவர்களின் அன்றைய மதிய உணவு. (தொண்டியில் குழம்பு என்று சொல்லமாட்டார்கள். ஆணம் என்றுதான் கூறுவார்கள். அது முஸ்லீம்களின் பேச்சு வழக்கு. ஊருக்குள் எல்லோருக்கும் அப்படிக் கூறுவதே பழக்கமாகிப்போனது.) பச்சைப்புளி ரசம் குமரேசனுக்கு மிகப் பிடிக்கும். சாப்பிட்டு முடித்த பின்பும் உள்ளங்கையில் ஊற்றிக் குடிப்பான். பச்சைப்புளி ரசம் செய்வதும் மிக எளிதாக இருப்பதால், காளியம்மாள் அடிக்கடி செய்து வைப்பாள். தக்காளியை அடுப்பில் வைத்துச் சுட்டு, கருகிய மேல் தோலை நீக்கிவிட்டு, ஆறு ஏழு சின்ன

வெங்காயத்தையும் இரண்டு பச்சை மிளகாயையும், கரைத்து வைத்திருக்கும் புளித்தண்ணீரில் உப்பைப் போட்டுப் பிசைந்தால் அதுதான் பச்சைப்புளி ரசம். இதை அடுப்பில் வைத்து சூடு காட்டுவது கூட இல்லை. சுடு சோற்றில் அப்படியே ஊற்றிச் சாப்பிடுவார்கள். குமரேசன், பருப்போடு கொஞ்சம் ரசம் விட்டு அவதி அவதியாகச் சாப்பிட்டான். அவன் புத்தியெல்லாம் சீட்டாட்டத்திலேயே லயித்திருந்தது. எல்லோரும் சாப்பிட்டுவிட்டு வந்திருப்பார்கள். நேரத்தோடு சென்று சீட்டாட்டத்தில் சேர்ந்து கொள்ளவேண்டும். நேரம் தவறினால் பல மணிநேரம் வேடிக்கைப் பார்த்துக் கொண்டிருக்க வேண்டுமே! என்ற எண்ணம் மட்டுமே அவன் மனதில் ஓடிக் கொண்டிருந்தது. மறுசோற்றை வாங்கிக் கொண்டு ரசம் ஊற்றிச் சாப்பிடலாம் என்று நினைத்தான். ரசம், காளியம்மாளின் காலருகில் இருந்தது. 'அம்மா! அந்த ரசத்த எடு' என்று கேட்க வேண்டியவன், சீட்டாட்ட நண்பர்கள் நினைவில் 'அம்மா அந்த பீடிய எடு' என்று கேட்டுவிட்டான். காளியம்மாளுக்கு வெறி பிடித்துவிட்டது.

'அடக் கழிச்சல்ல போறவனே....' என்று கத்தியவள், ரசத்தில் கிடந்த கரண்டியை எடுத்து அவன் மண்டையில் ஒரு போடு போட்டாள். எதற்காக அம்மா அடித்தாள் என்பது விளங்காமல் மண்டையில் கை வைத்துத் தேய்த்தான். மண்டை கொழுக்கட்டைப் போல வீங்கிப் போனதை உணர்ந்த பிறகுதான் ரசத்துக்குப் பதிலாக பீடி என்று சொல்லிவிட்டோம் என்பது அவன் நினைவுக்கு வந்தது. இனி இங்கு இருந்தாள் அடிவாங்கிச் செத்துப் போவோம் என்று நினைத்துச் சோற்றுக்கையோடு எழுந்துத் தெருவுக்கு ஓடினான். 'அடப் பொறுக்கிப் பயலே!' என்று சோற்றுக் கரண்டியைக் குமரேசனை நோக்கி எறிந்தாள். அது அவன் பின் மண்டையைப் பதம் பார்த்தது.

'எங்க போனாலும் இங்க வந்துதான ஆகனும். கம்பியக் காயவெச்சு வாயிலையே இழுக்குறேன்.' என்று கத்தினாள். குமரேசன் தன் நண்பர்களிடம் சென்று நடந்ததை எல்லாம் விளக்கமாகக் கூறி, தன் மண்டையைக் காட்டினான். அந்த வானரக் கூட்டங்கள் சிரித்து உருண்டன.

தொண்டியம்மாளுக்குத் தலைதூக்க முடியவில்லை. மயக்கம் ஆளை விழுத்தாட்டியது. அருகிலுள்ள மருத்துவமனைக்குச் சென்றவள் அங்கேயே மயங்கிக் கிடந்தாள். இரத்த அழுத்தம் கூடிவிட்டது. அவளுக்குச் சர்க்கரை நோய் வந்து பத்து ஆண்டுகளுக்கு மேலிருக்கும். கண்களும் சரியாகத் தெரிவதில்லை. உடல் மெலிந்து கொண்டே போனது. காலில் சக்கரத்தைக் கட்டிக்கொண்டு ஓடுவது போல பரபரப்பாக இருந்தவள் அவள். எந்நேரமும் சுறுசுறுப்பாக இருக்கும் தொண்டியம்மாள் இன்று, அடுப்படிக் கரித்துணியாய் துவண்டுபோய்க் கிடக்கிறாள்.

'மாத்தர மருந்த தின்னுக்குட்டு நல்லாத்தான் இருந்தா...'

'மனசுல உள்ள ஈனந்தான் மனுசியச் சாச்சிருச்சி' என்று கூறிக்கொண்டு அருகில் அமர்ந்திருந்தாள் மலத்தேர சாந்தி.

தொண்டியம்மாளை ஒரு சாதாரணப் பெண் என்று எண்ணிவிடமுடியாது. அவள் பத்து ஆண்களுக்குச் சமமானவள். ஒரு திருமண வீட்டுக்கோ, தன்னுடைய அக்காமார்கள் வீட்டுக்கோ சென்றால் அனைத்து வேலைகளையும் இழுத்துப் போட்டு அவள் ஒருத்தியே செய்வாள். இருபது விருந்தாளிகள் வந்தாலும் ஒருவர் துணையும் இல்லாமல் தானே சமைப்பாள். வீட்டைப் பெருக்கும் போது ஆறடி பீரோவை இறுக்கிப் பிடித்துத் தூக்கி, இடம் மாற்றி வைத்து, பெருக்கிச் சுத்தம் செய்துவிட்டு, மீண்டும் தூக்கி, இருந்த இடத்தில் வைத்து விடுவாள். தெருவில் உள்ள பொதுக்குழாயில் தண்ணீர் பிடித்து வந்து, சிமெண்டு தொட்டி, அண்டா, குண்டா, சோத்துச் சட்டி, ஆணச்சட்டி அனைத்திலும் நிறைத்து வைத்துக் கொள்வாள். வீட்டின் மரக்கதவுகளைக் கழற்றித் தூக்கி வந்து கழுவிக் காய வைத்து, திரும்பத் தூக்கி மாட்டி விடுவாள். தன் வீட்டில் மட்டுமல்ல, யார் வீட்டுக்குள் பாம்பு புகுந்தாலும் உடனே அங்கு சென்று பாம்பை அடித்துத் தூக்கிப் போட்டுவிட்டு வந்து விடுவாள். ஊருக்குள் எந்தப் பொம்புள செத்துப்போனாலும் தொண்டியம்மாளைத்தான் முதலில் அழைப்பார்கள். கடைசிக் குளியல் சடங்குகளைத்

தொண்டியம்மாளைக் காட்டிலும் யாராலும் நேர்த்தியாகச் செய்ய முடியாது. தொண்டியம்மாள் பார்க்கும் வேலைக்கு முன்னால் ஆம்புள பொம்புள அனைவரும் தோற்றுப் போவார்கள். தன் பிள்ளைகள் ஏதாவது தவறு செய்துவிட்டால், தான் பெற்ற பிள்ளைகள் என்பதை

மறந்துவிடுவாள். வெறி நாயை அடிப்பது போல அடித்துத் துவைத்து விடுவாள். பிள்ளைகளிடம் கண்களால் பேசுவாள். பிள்ளைகளும் அதனைச் சரியாக விளங்கிக் கொண்டு வேலை செய்வார்கள். அப்படியொரு கட்டுக்கோப்பில் பிள்ளைகளை வளர்த்தாள்.

சாமிக்கண்ணும், கொற்றவனும் பத்தாவது வரை ஒன்றாகப் படித்தார்கள். பார்க்க இரட்டைப் பிள்ளைகள் போலவே இருப்பார்கள். ஒரே நிறத்தில்தான் உடை அணிவார்கள். இருவரும் நான்காவது படிக்கும் போது வீட்டிலிருந்த காசு டப்பாவிலிருந்து பத்து ரூபாயைத் திருடுவிட்டான் சாமிக்கண்ணு. தொண்டியம்மாளுக்கு வந்த கோபம் இன்ன அளவு என்று சொல்ல முடியாது. அவனைப் பிடித்துத் தூணில் கட்டினாள். முற்றத்தில் உள்ள அம்மியில், பத்து சின்ன வெங்காயத்துடன் பத்து பச்சை மிளகாயைச் சேர்த்து மையாய் அரைத்தாள். அதை ஒரு கிண்ணத்தில் வழித்து எடுத்துக் கொண்டு சாமிக்கண்ணை நெருங்கினாள். அவன் தொண்டை கிழியக் கத்தத் துவங்கினான். வீட்டில் ஒரு பழையத் தொலைக்காட்சிப் பெட்டி இருந்தது. அதில் பொதிகை அலைவரிசை மட்டுமே பார்க்கமுடியும். தொலைக்காட்சிப் பெட்டியை ஒலிக்கச் செய்தாள். ஒலி அளவை முழுமையாக முடுக்கினாள். அரைத்து எடுத்துவந்த துவையலைச் சாமிக்கண்ணின் முகத்தில் பூசினாள். அவன் வாய் திறந்து கத்தவே, வாய்க்குள் விரலைவிட்டு தொண்டைக்குழி வரை தேய்த்துவிட்டாள்.

'செய்வியா? இனிமே செய்வியா?'

'எங்க இருந்து வந்துச்சி இந்தக் களவாணி புத்தி'

'யாரு கத்துக்குடுத்தா?

'செய்வியா? இனிமே செய்வியா?' என்று கேட்டு, அடி அடியென அடித்து மிதித்து ஆக்கினை செய்துவிட்டாள். தெருவே கூடிவிட்டது. பெண்கள் எல்லோரும் தொண்டியம்மாளின் வீட்டுக் கதவைத் தட்டினார்கள். தொண்டியம்மாள் கதவைத் திறக்கவில்லை. இன்னும் கொஞ்ச நேரத்தில் கதவு உடைந்துவிடும் என்று அஞ்சிக்

கதவைத் திறந்தாள். திபு திபுவெனக் கூட்டம் உள்ளே நுழைந்தது.

சாமிக்கண்ணு நல்ல வெள்ளை நிறம். கன்னத்தில் ஓடும் பச்சை நரம்பு கூடத் தெளிவாகத் தெரியும். அவன் இப்போது கிடந்த கிடையைப் பார்த்துப் பெண்களெல்லாம் பதறிப் போனார்கள். அவன் முகம் வீங்கிப் போய் கண்களைத் திறக்க முடியாமல் கதறித் துடித்துக் கொண்டிருந்தான். முகமெல்லாம் ரத்தச் சிகப்பாக இருந்தது. பெண்களெல்லாம் சேர்ந்து சாமிக்கண்ணைக் குளிப்பாட்டித் துடைத்தார்கள். பஞ்சவர்ணத்துக்கு தொண்டியம்மாள் மீது கடுமையான கோபம் வந்தது.

'அடிப் பாவி பறப்பா மொவளே!'

'பச்சப் புள்ள ஒரு தப்பு பண்ணுனா அடிக்கலாம் மிதிக்கலாம். இப்புடியாடி ஆக்கின பண்ணுவாங்க?'

'ஒன்னு கடக்க ஒன்னு ஆயிப் போச்சுன்னா, ஓம் புருசன் ஓ நரம்ப எண்ணிறமாட்டான்?'

'ஒரு பொம்புளைக்கி இம்புட்டு ஆத்தரம் ஆகாது'

'பாதகத்தி முண்ட! பெத்த புள்ளையையே இந்தப் பாடு படுத்தி வச்சிருக்காளே!'

'ஊரு ஒலகத்துல இல்லாத அதிசயமா இவ மட்டுந்தான் கட்டுச் செட்டா புள்ள வளக்குறாளாம். நோனி முண்ட....'

இன்னும் பற்பல தணிக்கை செய்யாத வார்த்தைகளைக் கூறி வசைபாடினாள் பஞ்சவர்ணம்.

'எக்கா! ராணியக்கா! இவங் கண்ணு ரெண்டும் ரெத்தகொலையா இருக்குதுக்கா....'

'இவனால கண்ணையே தொறக்க முடியல.'

'கிறுக்கு முண்ட! புள்ளைக்கி சாமிக்கண்ணுனு பேரு வச்சுப்புட்டு, கண்ணப் பொட்டக்கண்ணா ஆக்கிப்புட்டாஞ்'

பஞ்சவர்ணத்தின் பேச்சைக் கேட்டு, தொண்டியம்மா ளுக்குப் பகீர் என்று இருந்தது. சாமிக்கண்ணின் கண்ணில்

இருந்த சிகப்பு மாற ஒரு மாதம் ஆனது. அதற்காக அவள் கண்டிப்பதைக் குறைத்துக் கொள்ளவில்லை. தான் பெற்ற பிள்ளைகள், தான் சொல்வதைக் கேட்டு அப்படியே நடந்து கொள்ளவேண்டும் என்பதில் தொண்டியம்மாள் மிக உறுதியாக இருந்தாள். விடுமுறை நாட்களில் நண்பகல் உணவுண்டு முடித்த பிறகு, சாமிக்கண்ணும், கொற்றவனும் தெருவில் உள்ள மற்ற சிறுவர்களோடுச் சேர்ந்து விளையாடச் செல்வார்கள். இது தொண்டியம்மாளுக்குப் பிடிப்பதில்லை. இருவரையும் தன்னருகில் படுக்கச் செய்து தலைவலித் தைலத்தை அவர்களின் கண்ணிமைகளில் தடவி விட்டுவிடுவாள். கண்ணைத் திறந்தால் கண் எரியும். கண்ணை மூடிக்கொண்டு உறங்குங்கள் என்பாள். தைலத்தைத் துடைத்துக்கொள்ள முயற்சி செய்தால் தொடைக்கறியைக் கிள்ளி எடுத்துவிடுவாள். பத்து பைசாவுக்குப் பிரயோசனப்படாத விசயத்துக்கெல்லாம் அடிபட்டுச் சாக வேண்டியதாக உள்ளது என்று மனம் வெறுத்துப்போனான் கொற்றவன். மூன்று முறை வீட்டைவிட்டு ஓடிப் போய்விட்டுத் திரும்பி வந்தான். அதற்காக அவன் வாங்கிய சூடுகள் பல.

அன்றுஞாயிற்றுக்கிழமை சாமிக்கண்ணும் கொற்றவனும் வீட்டுக்குள்ளேயே விளையாடிக் கொண்டிருந்தார்கள். கொற்றவன் பிடித்துத் தள்ளியதில் சாமிக்கண்ணுக்குத் தலையில் அடிபட்டுவிட்டது. கொற்றவனைத் தூக்கிப்போட்டு சாணியை மிதிப்பது போல் மிதித்தாள் தொண்டியம்மாள். கொற்றவன் ஓர் அறைக்குள் சென்று கதவைத் தாழிட்டுக் கொண்டான். உள்ளே நான்கு அடி உயரம் கொண்ட ஒரு பெரிய மேசையின் மேல், பாய் தலையணைகள் அடுக்கு வைக்கப்பட்டிருந்தது. அறையின் மேலே உள்ள உத்திரத்தில் தொண்டியம்மாளின் ஒரு சேலையில் தொட்டில் கட்டிக் கிடந்தது. அது எப்போதோ, கைக்குழந்தையோடு வந்த விருந்தாளி ஒருத்தி தன் பிள்ளைக்காகக் கட்டியது. அது அவிழ்க்கப்படாமல் அப்படியே தொங்கிக்கொண்டிருந்தது. சாமிக்கண்ணும் கொற்றவனும் அவ்வப்போது அதில் ஏறி ஊஞ்சல் ஆடுவார்கள். கொற்றவன் மேசையின் மீது ஏறினான். தொட்டில் சேலையில் தூக்கு போட்டுக்கொள்வதற்கு

வாட்டமாய், அளவு பார்த்து முடிச்சுப் போட்டான். கழுத்தை அதற்குள் நுழைத்துக் கொண்டு, மேசையிலிருந்து காலை விலக்க முயற்சி செய்தான். கண்ணீர் தாரைத் தாரையாக ஓடியது. பற்பல நினைவுகள் நெஞ்சில் ஓடியது. எது எப்படியோ செத்துவிடுவதுதான் சிறந்தது என்ற தீர்க்கமான முடிவோடு மேசையைவிட்டு காலை நீக்கிக்கொண்டான். திரைப்படங்களில் பார்த்தது போல, மேலே போட்ட முடிச்சு பின்கழுத்தை இறுக்கவில்லை. அப்படி இறுக்க வேண்டுமென்றால் அதற்குச் சுருக்கு போட்டிருக்க வேண்டும். கொற்றவனுக்கு அந்த வயதில் அது தெரிந்திருக்கவில்லை. முன் கழுத்து மட்டும் சேலையில் மாட்டியபடி துடித்துக் கொண்டிருந்தான். வாய் விட்டுக் கத்திவிடலாம் அம்மா வந்து காப்பாற்றிவிடுவாள் என்று நினைத்துக் கத்த முயன்றவன், உடனே தன் முடிவை மாற்றிக்கொண்டு வாயை இறுக்கிக் கொண்டான். நாம் இருக்கும் நிலையைப் பார்த்தால் அம்மாவுக்கு கடுமையான கோபம் வரும். நம்மைத் தூக்கிப்போட்டு மிதி மிதி என மிதித்தே கொன்றுவிடுவாள். என்ன நடந்தாலும் சத்தம் போடக்கூடாது என்று முடிவெடுத்தான். கால்களை ஆட்டியதில் பின்புறமிருந்த மேசையில் வலதுகால் பட்டது. ஓங்கி எற்றினான். அதன் விசையால் எதிரே உள்ள சுவற்றில் கால் வைத்து எற்ற முடிந்தது. இவ்வாறு இருமுறை செய்ததும் பின்புறமிருந்த மேசையில் இரண்டு கால்களின் முன்பகுதியை மட்டும் நிறுத்திக் கொள்ள முடிந்தது. இந்த நிலையின் சேலையை விடுவித்தால் 'டமார்' எனக் கீழே விழவேண்டியிருக்கும். விழுந்த சத்தம் அம்மாவுக்குக் கேட்டுவிட்டால் வெறிகொண்டு வந்து, சங்கைக் கடித்துத் துப்பிவிடுவாள் என்று சிந்தித்துக் கொண்டிருக்கும் வேளையில் கால் நழுவியது. தடுமாறியதில் முன்கழுத்தில் இருந்த சேலை பின்கழுத்தில் புரண்டது. பிடரியில் தூக்குப் போட்டுத் தொங்குவது அத்தனை எளிதாகத் தெரியவில்லை. கழுத்தை நேராக நிமித்திய கொற்றவன் புட்டம் தெறிக்கத் தரையில் விழுந்தான். வலியில் துடித்தான். ஆனாலும் வாய் திறக்கவில்லை. அடுப்படியில் வேலை செய்துகொண்டிருந்த தொண்டியம்மாளுக்கு கொற்றவன் விழுந்த சத்தம்

கேட்டுவிட்டது. ஒரு சோற்றுக் கரண்டியோடு வந்து கதவைத் தட்டினாள். மறுமுறை தட்டுவதற்குள் ஓடிச்சென்று கதவைத் திறந்தான் கொற்றவன். நேருக்கு நேர் நின்றவனைப் பார்த்த தொண்டியம்மாளுக்குக் கோபம் தாங்கமுடியவில்லை.

'கழிச்சல்ல நீ போக....'

'இப்பத்தான நாய அடிக்கிறமாரி அடிச்சேன்'

'கோழி செல்ல உதுத்துனமாரி உதுத்துப்புட்டு நிக்கிறியே!'

'ஒனக்கு எம்புட்டு நெஞ்சு ஊக்கமிருக்கணும்'

'அடி வாங்கி அஞ்சு நிமிசம் ஆகல'

'ஊஞ்சலா ஆடுறே ஊஞ்சலு....' என்று கூறிக் கொண்டே ஓங்கி நெஞ்சோடுச் சேர்த்து ஓர் எற்று எற்றினாள். கொற்றவன் காற்றில் பறப்பது போல உணர்ந்தான். மேசையில் முதுகு முட்டிக் குப்புற விழுந்தான். தலையணைகள் எல்லாம் சரிந்து அவன் மேல் 'பொத் பொத்' என்று விழுந்துகொண்டிருந்தது. தொண்டியம்மாள் அடுப்படியை நோக்கி நடந்து கொண்டிருந்தாள். திடீரென என்ன நினைத்தாளோ தெரியவில்லை, திரும்பி வந்து 'தருக் தருக்' என்று நான்கு மிதி மிதித்துவிட்டுச் சென்றாள். மிதிபட்டுத் துவண்டு போய்க்கிடந்த கொற்றவன், மனதுக்குள் மகிழ்ந்தான். இத்துடன் முடிந்துபோனது. நாம் செய்த தற்கொலை முயற்சி மட்டும் அம்மாவுக்குத் தெரிந்திருந்தால் இன்று ஒரு கொலையே விழுந்திருக்கும். நல்ல வேளை, அம்மா நிமிர்ந்து பார்க்கவில்லை. ஊஞ்சல் கட்டியிருந்த சேலையைப் பார்த்திருந்தால் என்ன நடந்திருக்கும்? தப்பித்தோம், பிழைத்தோம் என்று நினைத்தவன், தான் செய்த வேலையை நினைத்துத் தனக்குத்தானே சிரித்துக்கொண்டான். அவனையறியாமல் சத்தமாகச் சிரித்துவிட்டான். அடுத்த பூசை துவங்கிவிடும் என்று அஞ்சி, ஓடிச்சென்று கதவைத் தாழிட்டான் கொற்றவன்.

இப்படித்தான் பிள்ளைகளைக் வளர்த்தாள் தொண்டியம்மாள். 'கண்ணக் காட்டுனா கரணம் பாயனும்'

என்று பிள்ளைகளை மிரட்டுவாள். தன் பிள்ளைகள், தன் சொல்லைக் கேட்டுத் தனக்குக் கட்டுப்பட்டுத்தான் வாழவேண்டும் என்பதில் மிகுந்த மனத்தடிப்போடு இருந்தாள். ஆனால் காலம் எல்லாவற்றையும் தலைகீழாக மாற்றிவிட்டது. தன் கொள்ளளவுக்கு மீறிய எதையும் எந்தக் கொள்கலனும் ஏற்பதில்லை. மீறினால் வெளியேறும், இல்லாவிட்டால் வெடித்துச் சிதறும். தொண்டியம்மாளின் வாழ்க்கையில் இதுதான் நிகழ்ந்தது.

சில மணி நேரங்களுக்குப் பிறகு மருத்துவமனையிலிருந்து வீடு திரும்பினாள் தொண்டியம்மாள். அவளுக்கு ஓய்வு தேவைப்பட்டது. உடலுக்குப் போதுமான ஓய்வு கிடைத்துவிட்டது. மனதிற்கு?

# பகுதி – 18

காலங்கள் உருண்டோடியன. தாயால் புறக்கணிக்கபட்ட கொற்றவன், அதன் காரணத்தாலேயே தாய்வழி உறவுகளாலும் புறக்கணிக்கப் பட்டான். மனத்தைத் தேற்றிக் கொண்டு விதி போன போக்கில் வாழத் துவங்கினான். குறிஞ்சிமலர் தாய்தந்தையுடனே தங்கியிருந்து குழந்தையையும் பெற்றெடுத்தாள். குழந்தை பிறந்த செய்தியை தொண்டியம்மாளிடம் தெரிவிக்கக்கூட கொற்றவனுக்கு மனமில்லை. அவள் பேசிய பேச்சு கல்லில் எழுதப்பட்ட எழுத்தாய் நெஞ்சிலிருந்து நீங்காமலிருந்தது கொற்றவனுக்கு. தம்பி இளங்கோ வெளிநாட்டுக்கு வேலைக்குச் சென்றுவிட்டான். அண்ணன் சாமிக்கண்ணு குழந்தையைக் கையில் வாங்கி, இறந்து போன நம் தந்தையே உனக்கு மகனாய்ப் பிறந்துவிட்டார் எனக்கூறிக் கண்ணீர் விட்டான்.

சாமிக்கண்ணு, தொண்டியம்மாளிடம் பலமுறை சொல்லிப் பார்த்தான்.

'குடும்பமுன்னு இருந்தா சண்ட போடுறதுதான், அப்பறம் சேந்துக்குடுறதுதான்.'

'போய் ஒரு தடவ பாத்துட்டு வாம்மா.' என்றான்.

'அடேய்! நா எதுக்குடா பாக்கணும்?'

'நாம்பெத்த புள்ளைய எனக்கு இல்லன்னு ஆக்கிப்புட்டு, அவ புள்ள பெத்து பொலந்து கெடப்பா... நாம்போயி பாக்கணுமோ?'

'அந்தப் பலசாதி முண்டையோட கண்ணுல நா எதுக்குடா முழிக்கணும்?'

'புள்ளப் பெத்துட்டாகளாம், நாங்க போய் அளவுளாத்தி எடுக்கணுமாம்!'

'நாயி, பேயிலாந்தான் குட்டி போடுது... த்த்தூ... வேச முண்ட...'

'சுத்தியலக் கொண்டு மூஞ்சில அடிச்சமாரி ஒரு மூஞ்சி. இந்த அழகு மசுருல குட்டி போட்டுட்டாக குட்டி...'

கால ஓட்டம் காயைக் கனியாக்கும். கல்லை? சாமிக்கண்ணு தலையில் அடித்துக்கொண்டு கடைக்குப் புறப்பட்டான். மகள் அங்கயற்கண்ணி, அப்பா... என்று ஓடிவந்தாள். அவளை வாரியணைத்து முத்தமிட்டான்.

'அழகுக் குட்டி... ஒன்னோட வெளையாட ஒரு சின்னத் தம்பி வந்திருக்கான். போயி பாப்போமா?' என்று தன் மகளிடம் கேட்டான் சாமிக்கண்ணு. பதில் தொண்டியம்மாளிடமிருந்து வந்தது.

'அடியேய்! தம்பி பாக்காப் போறேன், தும்பி பாக்காப் போறேன்னு அந்த ஊட்டுப்பாக்கம் போனா... திரும்பப்

பாட்டின்னு கூப்புட்டுக்குட்டு இந்த ஊட்டு வாசல்ல கால வக்கெக் கூடாது...'

தொண்டியம்மாள் வந்து தன் குழந்தையைப் பார்க்கவில்லையே என்ற ஏக்கம் கொற்றவனுக்குக் கடுகளவும் இருந்ததாகத் தெரியவில்லை. இது அவன் எதிர்பார்த்த ஒன்றுதான். ஆனால் தன் தாய்வழி உறவுகளில் ஒருவர்கூடக் குழந்தையை வந்து பார்க்கவில்லை என்ற ஆதங்கம் அவனுக்கு இருந்தது. பாட்டி, சின்னம்மா, பெரியம்மா, மாமா, அவர்களின் மகன்கள், மகள்கள் என்று பெரும் எண்ணிக்கை கொண்டது அந்தக்குடும்பம். அந்த அனைவராலும் புறக்கணிக்கப் பட்டான் கொற்றவன். அண்ணனின் பழக்கடைக்குப் போய்விட்டு வரலாம் என்ற நினைவோடு சாலையில் நடந்தான். காற்று புழுதிவாரி இறைத்துக் கொண்டிருந்தது. தண்டனைகளிலேயே மிகப்பெரியது 'புறக்கணிக்கப்படுவது' மட்டும்தான். தண்டனைக்குத் தலைப்பு எழுதும்போதே இப்படித் துவண்டுபோனால் எப்படி? இனிமேல் கிடைக்கக் காத்திருக்கும் பரிசுகளைச் சுமக்க உன் தோளில் வலுவிருக்கிறதா? என்று காதோரம் கேட்டுச்சென்றது காற்று.

பாப்பம்மாள், தான் வாழ்வில் வஞ்சிக்கப் பட்டோம். என்று ஒருநாளும் நினைத்ததில்லை. அவள் தன் வியாபாரத்தில் கண்ணும் கருத்துமாய் இருந்தாள். தன் மகனைப் படிக்கவைத்துப் பெரிய ஆளாக்கிவிட வேண்டும் என்பதையே தன் குறிக்கோளாய்க் கொண்டாள். கரைபுரண்டோடும் காட்டாற்று வெள்ளமாய் கணவனின் நினைவுகள் நெஞ்சை அறுக்கும் அந்நேரங்களில், தனக்குத்தானே அறிவுரை சொல்லி தன் மனத்தைத் தேற்றிக்கொள்வாள். தான் மனதளவில் பலகீனமானவள் என்பதை அவள் ஒருநாளும் வெளியே காட்டிக்கொண்டதில்லை.

அன்றைய நாள் மார்க்கெட்டில் கூட்டம் குறைவாகத்தான் இருந்தது. உஜாலா முருகேசனின் நண்பனான மன்சூர், முருகேசனிடம் ஒரு பொருளை வாங்கிச்செல்ல வந்தான். வந்தவன் அவன் அருகிலேயே சென்று குத்துக்காலிட்டு அமர்ந்துகொண்டான்.

'டேய்! நேத்துக் குடுத்த 'பேய்க்குட்டி' ஒன்னும் வீக்கரமா (சிறப்பாக) இல்லையடா...'

கஞ்சாவைத்தான் அவர்களின் பரிபாஷையில் பேய்க்குட்டி என்றான். இருவரும் சிரித்துச் சிரித்துப் பேசிக் கொண்டிருந்தனர். அன்றுதான் மன்சூரின் கண்களில் பாப்பம்மாள் விழுந்தாள். பாப்பம்மாளைப் பார்த்த ஒற்றை வினாடியில் மன்சூரின் மண்டைக்குள் மணியடித்தது. அவளைப் பிய்த்துத் தின்பதைப்போல் பார்த்துக் கொண்டிருந்தான். பாப்பம்மாளின் மீது ஏதோ ஓர் இனம்புரியாத வெறி ஏற்பட்டு விட்டது அவனுக்கு.

மன்சூர் ஒரு நடுத்தர வயதுக்காரன். பணத்தில் கொழுத்தவன். புதிதாக விற்பனைக்கு வரும் மோட்டார் பைக்கை உடனே வாங்கிவிடுவான். தொண்டியில் எந்த மோட்டார் பைக்கையும் முதலில் அறிமுகப்படுத்துபவன் அவன்தான். ஆறடி உயரம். தாட்டியமான உடல்வாகு. சீவினாலும் சீவாததுபோல சிலுப்பிக்கொண்டு நிற்கும் தலைமுடி. வடநாட்டுத் திரைப்படங்களில் வரும் வில்லன்கள் போல தாடி மீசை. உடலெல்லாம் சுருள் சுருளாக ரோமங்கள். அவன் ஆடை அணிவதிலும் சிலத் தனித்துவங்கள் இருக்கும். தன்னை ஒரு பேரழகனாகவே அவன் கருதினான். அது ஓரளவு உண்மையும்கூட. என்னதான் இருந்தாலும் மன்சூரிடம் ஒரு குறை மட்டும் இருந்தது. அவன் எட்டாம் வகுப்புவரை மட்டுமே படித்தவன். எட்டாம் வகுப்புவரை எப்படித் தேர்ச்சிபெற்றான் என்பதே அவனிடம் பழகுபவர்களுக்கு ஐயமாகத்தான் இருக்கும். அப்படிப்பட்டவன்தான் மன்சூர். ஒரு மூமினுக்குரிய எந்த ஒழுக்கமும் அவனிடம் இல்லை. சாராயம், கஞ்சா, சிகரெட் என்று எல்லாப் பழக்கமும். விரல்விட்டு எண்ணமுடியாத கூத்தியாள்களும் அவனுக்கு உண்டு. 14, 15 வயதில் இரு ஆண் பிள்ளைகள் அவனுக்கு இருக்கிறார்கள். மனைவியின் பெயர் ரகுமத். அவள் ஐந்து வேளையும் தொழுபவள். கடந்த ஐந்து ஆண்டுகளுக்கு முன்பிலிருந்தே அவள் மன்சூருக்கு மனைவியாக நடந்துகொள்ள மறுத்துவிட்டாள். பிள்ளைகளுக்கும் தனக்கும் சமைப்பதோடு அவனுக்கும்

சேர்த்துச் சமைத்து, நாய்க்குச் சோறு வைப்பதைவிட சற்றே கூடுதலான நாகரீகத்தில் மூடி வைத்து விடுவாள். அவன் வந்தால் உண்பான். இல்லாவிட்டால் அது தெருவில் திரியும் உண்மையான நாய்க்கே உணவாகும். மன்சூர், மற்ற கெட்ட பழக்கங்களிலிருந்து தன்னை விடுவித்துக்கொள்ள முடியும். ஆனால் பெண்வெறியை மட்டும் அவனால் கடக்க முடியவில்லை. காட்டுத்தீயாய்ப் பற்றியெரியும் காமம் அவனுக்குள் அணையாமல் தகித்துக் கொண்டே இருந்தது. இந்த உலகத்தில் எல்லாவற்றிக்கும் விலையுண்டு. அதில் ஒன்றுதான் பெண்ணின்பம் என்று மெத்தனம் பேசுவான். அவன் தன் வாழ்வில் எத்தனையோ பெண்களைக் கடந்திருக்கிறான். ஆனால் பாப்பம்மாளின் மீது வந்த ஈர்ப்பு அவனுக்கு ஏதோ புதிதாக்கப்பட்டது.

நாளடைவில் மார்க்கெட்டில், உஜாலா முருகேசன் அருகிலேயே மன்சூரும் அமர ஒரு பலகை போடும் அளவுக்கு வந்துவிட்டது. நேரம் கிடைக்கும் போதெல்லாம் மார்க்கெட்டுக்கு வந்துவிடுவான். இறைச்சிக்கடை வாயிலில் ஒரு எலும்புத்துண்டு வந்து விழாதா என்று ஏக்கத்துடன் பாத்து நிற்குமே நாய் அப்படித்தான் பாப்பம்மாளைப் பார்த்துக் கொண்டிருப்பான் மன்சூர். போந்தாக்கோழி ரேணுகா இதையெல்லாம் கவனித்துக் கொண்டுதானிருந்தாள். அவ்வப்போது ஆத்திரம் கூடிப்போகும் அவளுக்கு.

'அடியே! பாப்பம்மா... கேட்டுக்கடி கதைய.'

'மீனு வித்துச் சம்பாரிக்கிறக் காசு பத்தலையாம்.'

'ஊருல உள்ள பொம்பளைகளுக்கு மாப்புள பாத்துக் கூட்டிகுடுக்குற வேலையப் பாக்குறாங்கெடீ...'

'மீனுமேல கையவச்சி யாவாரம் பாக்குறவளெல்லாம், ஊருமேல போயிருவானு நெனச்சிகிட்டாம் போல...'

'ஒரு நா இல்ல ஒரு நா, அவன் உறுப்பக் கிழிச்சு நரம்ப எண்ணுறனா இல்லையான்னு பாரு...'

என்று அடிக்கடி சாடையாகப் பேசத் துவங்கினாள் ரேணுகா. மன்சூருக்கும், முருகேசனுக்கும் மட்டுமல்ல,

154 தொண்டியம்மா எரிசினக் கொற்றவன்

இது யாருக்கான சாடலென்று பாப்பம்மாளும் விளங்கிக் கொண்டாள். என்னதான் சாடையாகப் பேசினாலும் திட்டினாலும் மன்சூர் மார்க்கெட்டுக்கு வருவதையும், பாப்பம்மாளின் உடலைக் கண்களால் மேய்வதையும் நிறுத்திக் கொள்வதாக இல்லை.

அன்று மார்க்கெட்டில் சன நெரிசல் மட்டுப்படத் துவங்கிய நேரம். மன்சூர், வழக்கம்போல முருகேசனுக்கு அருகில் வந்து அமர்ந்தான். அவன் கண்கள் இரத்தச் சிகப்பேறி இருந்தன. அடித்த கஞ்சாவின் போதை கபாலத்தை முட்டிக் கொண்டு நின்றது. பாறை மீன் குவியல்களையே பஞ்சுமெத்தையாக்கி இந்த இடத்திலேயே அவளை அனுபவிக்க வேண்டுமென்ற வெறி அவன் கண்களில் தெரிந்தது. அவன் அடிக்கடி கீழ் உதட்டைக் கடித்துக் கொண்டான். அவ்வப்போது ஏக்கப் பெருமூச்சு விட்டான். மன்சூர் இருந்த இருப்பு முருகேசனுக்கே சங்கடமாய் இருந்தது. இந்தக்காம நெருப்பை தன் கண்கொண்டு அளந்தது அந்தக் கோப நெருப்பு. ரேணுகா கோபத்தில் வெடித்துவிடுவதுபோல ஆகிவிட்டாள். ஒரு கணவாயை கையிலெடுத்து அதன் 'மை' தெறிப்பது போல அமுக்கினாள். கரேல் என்று 'மை' கணவாயை நனைத்துக் கொண்டு கீழே வழிந்தது.

'எடுபட்ட கணவா... எங்க வந்து ஒழுகவிடுது பாத்தியா?'

'இதையெல்லாம் சாக்கடையில தூக்கிப் போட்டுக் காரித்துப்பி மூடிறனும். இல்ல... இருக்குற மத்ததும் கெட்டுப்போகும்...'

ரேணுகா சாடைமாடையாக ஏதேதோ பேசினாள். மன்சூர் எதையுமே காதில் வாங்கியது போலத் தெரியவில்லை. அவன், பாப்பம்மாளை வெறிகொண்டு பார்த்துக் கொண்டிருப்பதை மீன் விற்பவர்கள் மட்டுமில்லாமல் மீன் வாங்க வந்தவர்களும் கவனித்தார்கள். சிலர் பாப்பம்மாளைப் பார்த்து ஒரு நமட்டுச் சிரிப்பும் சிரித்தார்கள். பாப்பம்மாளுக்குக் கண்ணீர் பொங்கிக் கொண்டு வந்தது.

அழுகையைக் கட்டுப்படுத்த அவள் போராடினாள். சற்று நேரத்தில் பாப்பம்மாளின் கண்களிலிருந்து அருவியாய் கொட்டியது கண்ணீர். அவமானத்தில் குறுகிப் போன அவள் முகத்தையும், வாய்விட்டு அழுதுவிடாமல் அடக்கிக் கொள்ள அவள் உதடுகள் படும் பாட்டையும் பார்த்த ரேணுகா, ஒரு வினாடி நொறுங்கி பின் மீண்டாள். அதற்குமேல் பொறுக்க முடியாதவளாய், ஒரு பெரிய ஈய வாளியைக் கையில் எடுத்தவாறு எழுந்தாள். நேராகச் சென்று முருகேசனுக்கு எதிரே நின்றாள். முருகேசனுக்கு கால்கள் நடுக்கம் கொடுக்கத் துவங்கியது.

'ஏன்டா! மாமாப் பயலே! ஒங்கம்மா அக்கா தங்கச்சியக் கூட்டிக்குடுத்துப் பொழைக்கெலாமேடா...'

'ஓங்கம்மா உன்னயப் பெத்தாளா? பேண்டுவிட்டாளா?'

எடுத்துச் சென்ற வாளியை அவன் செவியோடு சேர்த்து ஒரு விளாசு விளாசினாள். பின்புறமிருந்த மீன் கழிவுகளிக்குள் போய் உருண்டு விழுந்தான் முருகேசன்.

தொடை தெரிய கச்சைக் கட்டிக்கொண்டு எழுந்து நின்ற மன்சூரைப் பார்த்துப் பேசினாள்.

'ஏண்டாத் தேவுடியா மொவனே! நீ எல்லாம் ஒரு ஆம்புளையாடா...'

'பொழுதுவிடிஞ்சா பொழுதுபட்டாஞ் பொட்டச்சி மூத்தரத்த மோந்துக்குட்டுத் திரியுறே...'

'ஏண்டா! சாண்டக் குடுக்கி... தூமையக் குடுக்கி...'

'ஒங்க அம்மாட்டயு, ஒம் பொண்டாடிட்டையு உள்ளதுதான்டா இவளுட்டையு இருக்கு.'

'இவளுக்கு மட்டும் தங்கத்துல முலாம் பூசியாக் கெடக்குது...'

' அடேய்! ஒங்கம்மா ஒன்னைய ஒருத்தனுக்கு முந்தி விரிச்சிப் பெத்தது உண்மையா இருந்தா, இந்தப்பக்கம் தலைவச்சுப் படுக்கமாட்டேன்னு சொல்லிட்டு ஓடிப்போயிரு.'

'இல்ல... சந்தி சிரிச்சிரும்...'

'அப்புடி அரிப்பெடுக்குதோ... அப்புடி அரிப்பெடுத்தா உறுப்புல செங்கக்கல்ல வச்சித் தேயிடா... 'இங்க எதுக்குடா................'

ரேணுகா பேசிக்கொண்டிருக்கும் போதே, உடம்பிலிருந்த வலுவையெல்லாம் திரட்டி அவள் காதோடு சேர்த்து ஓங்கி அறைந்தான் மன்சூர். பெருமரமொன்று வெட்டப்பட்டு மண்ணில் சரிவதுபோலச் சரிந்தாள் ரேணுகா. பாப்பம்மாள் மாரில் அடித்துக்கொண்டு ஓடிவந்தாள். அரைமயக்கத்தில், தன் கைகளை மண்ணில் பரசிக் கொண்டு மல்லாந்து கிடந்தாள் ரேணுகா. அடிபட்டக் காட்டு விலங்கு போல பெருங்குரலெடுத்துக் கத்தினான் மன்சூர்.

'ஏன்டீ... கண்டாரஓலி... யாருட்டடீ கைநீட்டிப் பேசுறே...'

'அஞ்சுக்கும் பத்துக்கும் காலைத்தூக்குற வேச முண்ட....'

'யாரப்பாத்து என்ன பேச்சுடீ பேசுன?'

அவள் தலைமயிரைக் கொத்தாகக் கையில் பிடித்துத் தர தரவென இழுத்துக்கொண்டு போய், மீன் கழிவுகளோடு ஓடிக் கொண்டிருந்த சாக்கடையில் அவள் முகத்தை முக்கித் தூக்கினான். முந்தானை விலகி, சாக்கடை நீரில் நனைந்த ரவிக்கையுடன் அலங்கோலப் பட்டுக் கிடந்தாள் ரேணுகா. பருத்திருந்த அவளது மார்பகங்கள் அவன் கண்களை உறுத்தியிருக்க வேண்டும். அவள் மார்பில் ஏறி மிதிக்க வந்த அவன் கால்களை, ஓடிவந்து கட்டிக் கொண்டாள் பாப்பம்மாள்.

'ஐயா... சாமி... உங்கக் காலப் புடிச்சிக் கேட்டுக்குறேன். விட்டுருங்க சாமி...'

அவன் கால்களை விட்டுவிட்டு, ஆடை விலகி அலங்கோலமாய்க் கிடக்கும் ரேணுகாவின் சேலையை எடுத்து மேலும் கீழுமாகச் செருகி அவள் மானத்தை மறைக்கப் போராடினாள். மன்சூர் மார்க்கெட்டைவிட்டு

வெளியேறினான். ஒரு பெண்ணை ஓர் ஆடவன் இப்படி அடிக்கிறானே! இதைத் தடுக்க வேண்டும் என்ற சுரணையற்றவர்களாக நின்றிருந்த நெட்டை மரங்களெல்லாம், மயங்கிக் கிடந்த ரேணுகாவை மருத்துவமனைக்குக் கொண்டு செல்ல உதவினார்கள். பாப்பம்மாளின் மனம் விடமுண்ட மீனாய்த் துடிதுடித்தது.

மார்கெட்டைவிட்டு வெளியே வந்த மன்சூர், தன் பைக்கை எடுத்துக் கொண்டு திருவாடானை சாலையில் சென்றுகொண்டிருந்தான். பட்டென அவன் மனக்கண்ணில் ஒரு காட்சி வந்து போனது. ரேணுகாவை மிதிக்கப் போனபோது அதனைத் தடுக்க அவன் காலை வந்து கட்டிப் பிடித்தாள் பாப்பம்மாள். பாப்பம்மாளின் மார்பகங்கள் அவன் காலில் பட்ட உடனே அவன் அங்கிருந்த சூழலிலிருந்து விடுபட்டு விட்டான். அவன் மூளைக்குள் ஆயிரம் பட்டாம்பூச்சிகள் சிறகடிக்கத் துவங்கிவிட்டன. அந்த நேரத்தில், குனிந்து அவள் தனங்களில் விரல் கொண்டு நீவ வேண்டும்போல இருந்தது அவனுக்கு. பைக்கை ஒரு ஓரமாக நிறுத்திவிட்டுக் கஞ்சா இலைகளால் சுருட்டப்பட்ட பீடியைப் பற்ற வைத்தான்.

## பகுதி – 19

குழந்தைப் பிறந்ததற்குப் பின்னர் தன் மாமனார் வீட்டுக்கு அருகிலேயே ஒருவாடகைவீட்டில் குடியேறினார்கள் குறிஞ்சிமலரும் கொற்றவனும். கொற்றவன் தன் மகனுக்குப் பேரறிவாளன் என்று பெயரிட்டான். அவனுக்கு இப்போது நான்கு வயது. மற்ற பிள்ளைகள் போல பெரும் சேட்டை செய்யும் சிறுவனாக அவன் இல்லை. குடும்பத்தில் இல்லாத யாரோடும் அவன் இணங்குவதில்லை. வீடுநிறைய ஆட்கள் இருந்தாலும் அவன் கண்கள் எப்போதும் தன் தாய் மீதுதான் இருக்கும். குறிஞ்சிமலர் குளியலறையில் இருந்தால், குளியலறை வாயிலிலேயே சென்று அமர்ந்து கொள்வான்.

கொற்றவன் இரண்டு மூன்று மாதங்களுக்கு ஒருமுறைதான் வீட்டுக்கு வந்துசெல்வான். அவன் தன் பிறந்த ஊரை வெறுத்தான். ஊருக்கு வந்தால், நீ உன் அம்மாவோடு பேசுவதில்லையா? கவனித்துக் கொள்வதில்லையா? என்ற பேச்சுக்களை எதிர்கொள்ள வேண்டியிருந்தது. இது மேலும் அவனை எரிச்சலாக்கியது. தன் தாயுடன் இணக்கமாக இல்லாத குறிஞ்சிமலரால்தான் இத்தனை அவமானங்களும் நிகழ்ந்தது என்பதால் அவள்மீதும் கடுமையான வெறுப்பு அவன் மனதுக்குள் வேர்விட்டுக் கொண்டிருந்தது.

குறிஞ்சிமலருக்கு ஒரு கவலை தொற்றிக் கொண்டது. இன்னும் சில நாட்களில் பேரறிவாளனை அருகிலிருக்கும் பாலர் பள்ளியில் சேர்க்க வேண்டும். இவன் என் புடவையைப் பிடித்துக்கொண்டே சுற்றுகிறான். இவனைப்

பள்ளிக்கூடம் அனுப்ப என்ன பாடுபடப் போகிறோமோ என்று நினைத்தாள். ஆனால் அவள் எண்ணத்துக்குச் சற்றும் தொடர்பில்லாமல் அவன் நடந்து கொண்டான். பள்ளிக்குச் செல்வது அவனுக்கு மிகவும் பிடித்திருந்தது. விடுமுறை நாட்களில்கூட புத்தகப் பையைக் கையில் தூக்கிக் கொண்டு நிற்பான். இருபது நாட்கள்தான் அவன் பள்ளிக்குப் போயிருப்பான். அவன் வயிறு பெரும் வீக்கமெடுத்துவிட்டது. அவனின் மெல்லிய உடலுக்கும் அவன் வயிற்றுக்கும் எப்பொருத்தமும் இல்லாமல் தனித்துத் தெரிந்தது. ஏதோ கிருமித்தொற்று என்று மருத்துவர்கள் கூறினார்கள். மாத்திரை மருந்துகள் எடுத்தும் வயிறு வீக்கம் குறைவதாகத் தெரியவில்லை. இராமநாதபுரத்திலிருக்கும் ஒரு தனியார் மருத்துவமனைக்கு அழைத்துச் சென்றனர்.

சென்னையில் வேலை செய்து கொண்டிருந்த கொற்றவன் நேரடியாக இராமநாதபுரம் வந்து சேர்ந்தான். மருத்துவர்களிடம் கலந்து பேசிய கொற்றவன் அதிர்ந்து போனான். பேரறிவாளனுக்கு வந்திருப்பது இரத்தப் புற்றுநோய் என்றும், இரத்தப் புற்றுநோய் வகைகளிலேயே இது கடுமையானது என்றும், இப்போது அது முற்றிய நிலையில் இருப்பதாகவும் கூறினார்கள். உடனே மதுரை மீனாட்சி மிஷன் மருத்துவமனையில் பேரறிவாளனைச் சேர்த்தான் கொற்றவன். வேறு வேறு மருத்துவர்களிடமும் கருத்துக்களைக் கேட்டான். எங்கு சென்று சிகிச்சை அளித்தாலும் நான்கு மாதங்கள் தாக்குப் பிடிப்பது கடினம் என்றார்கள். புதுச்சேரியில் உள்ள ஜிப்மர் மருத்துவமனைக்குச் செல்வது நல்லது என்று பலரும் கூற அங்கு சென்று சேர்த்தான். பேரறிவாளனோடு தன் நேரத்தைச் செலவழித்தான் கொற்றவன்.

அந்த மருத்துவமனையில் கூட இந்த நோய் குணமாகுமென்று உறுதியாகச் சொல்லவில்லை. முடிந்ததைச் செய்து பார்ப்போம். இங்கு முடியாத பட்சத்தில் சென்னைக்குக் கொண்டு சென்று எலும்பு மஜ்ஜை மாற்று சிகிச்சை செய்யவேண்டும் என்றார்கள். இரவில் அந்த மருத்துவமனையில் பேரறிவாளனோடு

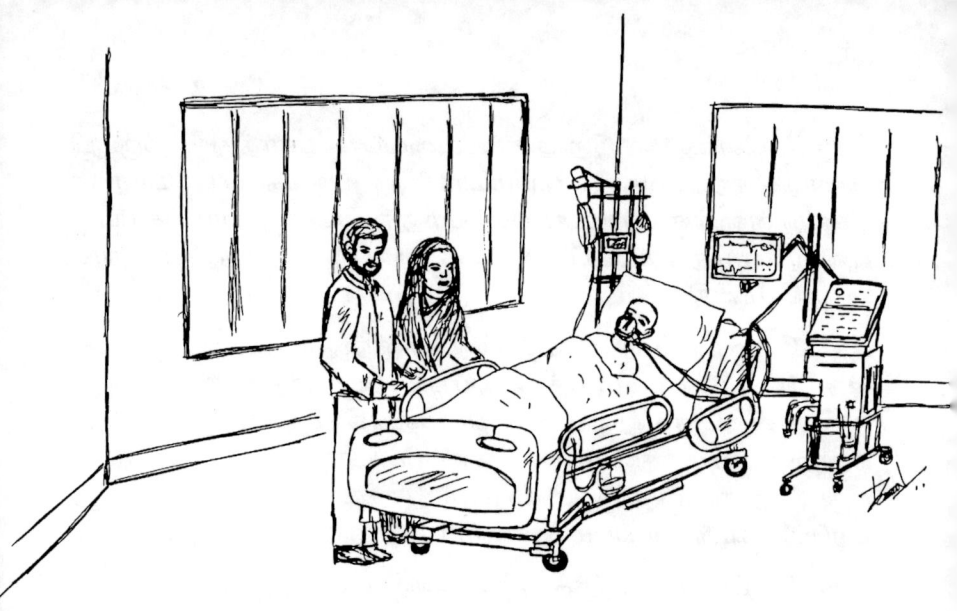

தாய் தந்தையில் ஒருவர் மட்டுமே தங்கவேண்டும் என்ற விதிமுறை இருந்ததால் கொற்றவன் வெளியே தங்கினான். உணவு நேரங்களில் உணவு வாங்கிக் கொடுப்பதும், இரத்த தானம் கிடைக்குமா என்று பலரிடமும் விசாரிப்பதும், இரத்த தானம் செய்ய வருபவர்களை இரத்த வங்கிக்கு அழைத்துச் செல்வதும், மருத்துவனையின் உள்ளேயே வேறு வேறு ஆய்வுகளுக்காகப் பேரறிவாளனை அழைத்துச் செல்வதுமாக வாழ்வோடு போராடிக் கொண்டிருந்தான் கொற்றவன். நோயோடு போராடும் தன் பிள்ளையின் போராட்டத்தை ஒப்பிட்டால் இது ஒரு பொருட்டாகக் கருதப்படாது என்பதை நன்கு உணர்ந்தவன்தான் அவன்.

நான்கு மாதங்கள்தான் இந்த உயிர்த் தாக்குப்பிடிக்கும் என்ற மருத்துவர்களின் வார்த்தைகளைப் பொய்யாக்கினான் பேரறிவாளன். இப்போது மூன்று மாதங்கள்கூட முழுமையாக முடிந்திருக்கவில்லை. உற்றாரும் உறவினர்களும் கூடிக் கிடந்து ஒப்பாரி வைத்தார்கள். சாமிக்கண்ணு தொண்டியம்மாளை அழைத்துக் கொண்டு இழவு வீட்டுக்கு வந்தான். சாவுக்குக்குக் கூட கலந்துகொள்ளாதக் 'கல் நெஞ்சக்காரி' என்று ஊரார் பழித்துவிடுவார்களே என்று, ஒப்புக்கு வந்து அமர்ந்திருப்பதாகவே கொற்றவனுக்குப் பட்டது. கொற்றவன் தொண்டியம்மாளின் முகத்தைப்

பார்க்கவில்லை. இறந்த உடலைப் பார்த்து திரும்பி அமர்ந்திருந்த தொண்டியம்மாளின் உருவத்தைப் பார்த்த கொற்றவனுக்கு, என் சாபம் பழித்துவிட்டது பார்த்தாயா? என்று எழுதப்பட்டப் பதாகை ஒன்று அமர்ந்திருப்பதாக அவன் மனதில் பட்டது.

ரேணுகாவுக்கு மயக்கம் தெளிந்துவிட்டது. ஆனால் அவள் கடுமையாகக் காயப்பட்டிருந்தாள். மூன்று நாட்கள் மருத்துவமனையில் தங்கியிருக்க வேண்டும் என்று மருத்துவர்கள் கூறிவிட்டார்கள். மன்சூரின் மீது காவல்துறையில் புகார் செய்யப்போகிறேன் என்று புறப்பட்டாள் பாப்பம்மாள். சிலர் அவளைத் தடுத்தார்கள்.

'பாப்பம்மா ஆத்தரத்துல அறிவ எழந்துறக்கூடாது.'

'மன்சூரு மேல பிராது சொல்லுறதா இருந்தா மொதல்ல ஜமாத்துல போய்தான்டி சொல்லணும்.' என்றார்கள்.

'என்னங்கடீ... அதிசயம் பேசுறீங்க?'

'இது இந்திய நாடுடி. இந்த நாட்டுக்குன்னு ஒரு சட்டமிருக்குது.'

'சட்டத்துக்கு முன்னால பிரதமரும் ஒன்னுதான், பீ அள்ளுறவனும் ஒன்னுதான்.'

'துலுக்கனுக்கு ஒரு சட்டம், வேதக்காரனுக்கு ஒரு சட்டம், இந்துக்களுக்கு ஒரு சட்டமுன்னு எப்புடிடி பேசமுடியும்?'

'இப்புடியே பேசிகிட்டு இருந்தா நாளைக்கி ஒவ்வொரு சாதிக்கும் ஒரு சட்டமுன்னு பேசுவீங்களா?'

கோபத்தில் பொரிந்துகொண்டிருந்த பாப்பம்மாளைப் பார்த்து ரேணுகா, இவளுக்கு இப்படியும் பேசத்தெரியுமா என்று எண்ணி மலைத்துப் போனாள்.

'அடியேய்! பாப்பம்மா! இந்த ஓவிய மசுரெல்லாம் பேசாதடீ...'

'போலீசுக்காரே என்னடி புடிங்கிருவான்.'

'பணக்காரங்களுக்கு சேவகம் பாக்கத்தான்டி போலீசு...'

'எத்தன பேதியில போறவங்கெ வேடிக்கப் பாத்தாங்கே... எவனாச்சி ஒருத்தன் வந்து சாச்சி சொல்லுவானாடீ...'

'போலீசு அவனுட்ட காச வாங்கிட்டு, இந்தப் போந்தாக் கோழிதான் அவனப் படுக்கக் கூப்புட்டாளுன்னு கேச மாத்திப் போட்டான்னா என்னடி செய்யுறது?

இவளுக்குத் தேவுடியாப் பட்டங் கட்டனுமுன்னு நீ ஆசைப்படுறியா?'

இக்கேள்வி பாப்பம்மாளின் நெஞ்சில் நெருப்பள்ளிப் போட்டதுபோல் இருந்தது. ரேணுகாவின் கண்களில் கண்ணீர் ஓடிக் கொண்டிருந்தது. தன் கையாலாகாத நிலையை எண்ணி பாப்பம்மாள் குமுறினாள். கண்ணைத் துடைத்தபடி பாப்பம்மாள் பேசினாள்.

'அழுதாலும் ஏழைங்க சொல்லு அம்பலத்துல ஏறாதுன்னு சொல்லுறது சரிதான்.'

'நீதி, நியாமெல்லாம் மார்க்கெட்டுல விக்கிற மீனு மாதிரிதான்டீ...'

'என்ன... அது கொஞ்சம் வெல கூடுதலா இருக்கும் போல.'

'இவளுக்கு எதுக்குடி தேவுடியாப் பட்டம் கட்டிருவாங்கேன்னு சொல்லுற.'

'காசு உள்ளவனுக்கு முந்தி விரிக்கிற 'நீதி தேவத' தான்டி இந்த நாட்டோட மொதத் தேவுடியா...'

மருத்துவமனையை விட்டு வெளியேறி ஓட்டமும் நடையுமாகப் பாவோடி மைதானத்துக்கு அருகிலுள்ள 'பெரிய பள்ளிவாசலை' அடைந்தாள். நடந்த அனைத்தையும் ஒன்று விடாமல் கூறினாள். ஜமாத் தலைவர்கள், அனைத்தையும் விசாரித்து இன்னும் இரண்டு நாட்களில் பஞ்சாயத்துக் கூட்டுவதாக உறுதி சொன்னார்கள். அவர்கள் அனைவரும் மருத்துவமனைக்குச் சென்று ரேணுகாவை விசாரித்தனர். மன்சூரும், மன்சூரின் குடும்பமும் பஞ்சாயத்துக்கு அழைக்கப்பட்டார்கள். உறுதி சொன்ன அந்த நாளில் பஞ்சாயத்து கூடியது. கடுமையான விவாதங்கள் ஏதும்

நடைபெறவில்லை. நேரடியாகத் தீர்ப்பு வழங்கப்பட்டது.

முதலில் ரேணுகாவின் மருத்துவச் செலவு மற்றும் நஷ்டஈடாக ஒரு பெருந்தொகையை வழங்கச் சொன்னார்கள். இது இரு மதம் சார்ந்த சிக்கலாகப் பார்க்கப்பட்டு விடக்கூடாது என்று, தொண்டியில் இருக்கும் இந்து அமைப்புக்கு ஒரு மன்னிப்புக் கடிதம் எழுதிக் கொடுக்கச் சொன்னார்கள். இனி மீன் வாங்கக் கூட மீன் மார்கெட்டுக்குப் போகக்கூடாது என்றும் மீறிச் சென்றால் குடும்பத்தோடு ஜமாத்தை விட்டு விலக்கி வைத்துவிடுவோம் என்றும் எச்சரித்தார்கள். எல்லாம் சரிதான் அபராதமாக ஜமாத்துக்கு 25,000 ரூபாய் கட்டச்சொன்னது எதற்கு என்பது மட்டும்தான் பாப்பம்மாளுக்கு விளங்கவில்லை. அருகிலிருந்த ஒருத்தியின் காதில் குசுகுசுத்தாள்.

'அவே அடிச்சான், இவ அடிபட்டா... எடையில ஜமாத்துக்கு எதுக்குடீ 25,000 ரூவா.'

'ஏன்டீ பஞ்சாயத்து பண்ணுனாங்கெலா? தரகு வேல பாத்தாங்கெலா?'

அருகிலிருந்தவள் பாப்பம்மாளின் கையில் நறுக்கென்று கிள்ளினாள்.

'அது தான்டி ஊர்க் கட்டுப்பாடு. இங்கே மட்டுமில்லடீ எல்லா எடத்துலையும் அப்புடித்தான். இதையெல்லாம் நீ இப்பத்தான்டி பாக்குறே... அதுதான் ஒனக்குப் புதுசாத் தெரியுது. எல்லாம் காரண காரியமில்லாம செய்யமாட்டாக... மூடிக்கிட்டு நில்லுடீ...'

அந்தப் பஞ்சாயத்துக் கூட்டத்திலும் பாப்பம்மாளை தன் கண்களால் பலமுறை அளந்துகொண்டான் மன்சூர். இதைத் தலைவர் செய்யதலி கவனித்துக்கொண்டுதானிருந்தார். பஞ் சாயத்து முடிந்தது. அனைவரும் கிளம்புவதற்கு முன்னால், செய்யதலி மன்சூரிடம் பேசினார்.

'மன்சூரு... ஒழுக்கம்ங்குறது ஆம்புளக்கிம் பொம்புளக்கிம் பொதுவானது.'

'நீ செய்யுற வேலைய ஓம் பொண்டாட்டி செஞ்சா ஒத்துக்குவியா?'

'நாங் கூடக்கொறைய பேசுறதுக்கு ஒன்னுமில்ல.'

'மறுமையின்னு ஒன்னு இருக்கு. அங்கே அல்லாஹ்வுக்கு நீ பதில் சொல்லியாகனும். அத மனசுல நெனச்சிக்க.'

என்று தன் அறிவுரையைச் சுருக்கமாகச் சொல்லி முடித்துக்கொண்டார் செய்யதலி. பஞ்சாயத்தை வேடிக்கைப் பார்க்க வந்த இசுலாமியர்களைப் பார்த்து,

'இன்னிக்கி இஷா தொழுகைக்குப் பிறகு 'சிறப்பு பயான்' இருக்குதுப்பா.'

'முடிஞ்ச மட்டும் எல்லாரும் கலந்துக்குங்க' என்றார்.

தொண்டியம்மா                                              எரிசினக் கொற்றவன்

## பகுதி – 20

**ந**டந்த சம்பவங்கள் குறித்து மன்சூருக்கு ஒரு எள்ளளவு கூட கவலை இல்லை. மன்சூரின் மனைவி ரகுமத்துக்கு இது பெரிய அவமானமாக இருந்தது. அவள் கூனிக் குறுகிப் போனாள். அவள் மன்சூரை ஒட்டுமொத்தமாக வெறுத்து ஒதுக்கினாள்.

மன்சூர் ஒரு வேலை நிமித்தமாகக் கொழும்புக்குச் சென்றான். அவன் அங்கே போதைப்பொருள் விற்பதாகவும், அங்கேயே பெரும் பொருளீட்டி, வீடு வாசல்கட்டிக் கொண்டு வாழ்வதாகவும், அங்கு வேறு ஒரு திருமணம் செய்துகொண்டதாகவும் செய்திகள் அடிபட்டன. இங்கிருந்தத் தன் மனைவிக்கும் அவன் பணமனுப்பிக் கொண்டுதானிருந்தான். சில ஆண்டுகளுக்குப் பிறகு தொண்டிக்கு வந்து சேர்ந்த மன்சூருக்கு, வீட்டில் புதிதாக எந்த மதிப்பும் வழங்கப்படவில்லை. தலைக்கு மீறி வளர்ந்த அவனது பிள்ளைகளும் அவனை அடியோடு வெறுத்துவிட்டார்கள். மன்சூருக்கு இதுவெல்லாம் ஒரு வருத்தமாக இல்லை. அவன் நோக்கத்துக்கு அவன் திரிந்தான்.

அன்று வியாழக்கிழமை இரவு 7:30 மணியிருக்கும். டக்காஸ் அல்வாக்கடையில் மிச்சரும் அல்வாவும் வாங்கித் தின்றுகொண்டு நின்றவனின் கண்களில், சாலையில் நடந்து சென்று கொண்டிருந்த பாப்பம்மாள் பட்டுவிட்டாள். மனதுக்குள் நீறுபூத்துக் கிடந்த காம நெருப்புக் கொழுந்துவிட்டு எரியத் துவங்கியது. இரவு முழுவதும் குடித்தான். கஞ்சாவின் போதைத் தலைக்கு ஏறி நின்றது.

பாப்பம்மாள் அதிகாலை நான்கு மணிக்கு எழுந்து விடுவாள். இப்போது மணி 3:30. பாப்பம்மாளின் வீட்டுக்கதவு தட்டப்பட்டது. மகன் தனியறைக்குள் உறங்கிக் கொண்டிருந்தான். பாப்பம்மாள் இரவில் சன் டீவியில் நெடுந்தொடர் பார்த்துவிட்டு ஹாலிலேயே உறங்கிக் கிடந்தாள். கதவு தட்டப்படும் சத்தம் கேட்டு தன் மகன் விழித்து விடுவான் என்று வேகமாக எழுந்து கதவைத் தலை வெளியே செல்லும் அளவுக்குத் திறந்து வெளியே எட்டிப் பார்த்தாள். கண்ணுக்கு எதிரே நிற்கும் மன்சூரைப் பார்த்ததும் அவளுக்குத் தூக்கிவாரிப் போட்டது.

'அடேய்! கழிச்சல்ல நீ போக... எதுக்குடா இங்கெ வந்து நிக்கிறே...'

என்று கேட்டவள், உடனே கதவை மூடித் தாழிட முயன்றாள். கண்ணிமைக்கும் நொடிகூட இருக்காது, ஓங்கிக் கதவை ஓர் ஏற்று விட்டான். பாப்பம்மாளின் நெற்றியைக் கதவு பலமாகத் தாக்கியது. நிலைதடுமாறியவள்

ஹாலின் மையத்தில் மல்லாக்க விழுந்தாள். விழுந்ததில் அவள் பின்னந்தலையில் அடி பலமாக விழுந்தது. ஓசை கூடுதலாகக் கேட்டவுடன் அம்மா மீன் ஏலத்துக்கு எடுக்கக் கிளம்புகிறாள் என்று நினைத்து, அவள் மகன் புரண்டு படுத்துக் கொண்டான்.

வெறிபிடித்த ஓநாயின் வேகத்தில் வீட்டுக்குள் பாய்ந்தான் மன்சூர். வீட்டுக்குள் வெளிச்சம் இல்லை. ஊதா நிறத்தில் ஒரு சின்ன பல்ப் மட்டுமே எரிந்து கொண்டிருந்தது. தரையில் விழுந்து கிடக்கும் பாப்பம்மாள் கத்திவிடுவாளோ என்று பாய்ந்து போய் அவள் வாயைப் பொத்தினான். இருட்டுக்கு அவன் கண்கள் பழகவில்லை. பாப்பம்மாள் கூட ஓர் உருவமாகத்தான் இப்போது தெரிகிறாள். அவள் ஒரு பிணம் போலக் கிடந்தாள். மூச்சு ஓடுகிறது. மயக்கமடைந்து விட்டாள் என்பதை அறிந்த மன்சூர் அப்படியே கால் நீட்டி அமர்ந்தான். அவனால் இருப்புக்கொள்ள முடியவில்லை. அவள் ஆடைகளை நீக்கத் துவங்கினான். அவளது ரவிக்கையை அவனால் கழற்ற முடியவில்லை. அதனைக் கிழித்து எறிந்தான். பாப்பம்மாள் பிறந்த மேனியாக அசைவற்றுக் கிடந்தாள். இப்போது இருட்டு அவன் கண்களுக்குப் பழகிப் போய்விட்டது. ஆனாலும் அவள் உடலை வெளிச்சத்தில் பார்க்க வேண்டும் என்றெண்ணி, தன் சட்டைப்பையில் இருந்த தீப்பெட்டியை எடுத்து ஒரு குச்சியைக் கிழித்தான். ஒற்றைத் தீக்குச்சி காட்டிய வெளிச்சம் ஒரு காட்டையே பற்ற வைத்துவிட்டது. அவன் தான் நினைத்ததை நிறைவேற்றிக் கொண்டான். அவள் உடலின் எல்லா உறுப்புகளிலும் அவன் பல் தடம் பதிந்திருந்தது. எழுந்துச் சென்றவன் ஒரு பீடியைப் பற்றவைத்தான். தீக்குச்சியின் வெளிச்சம் அவள் உடலில் பாய்ந்தது. தன் உடலுக்குள் ஏதோ ஒரு மாற்றம் ஏற்படுவதாய் உணர்ந்தான் அவன். கதவை அடைத்துவிட்டு மீண்டும் அவளின் உடல்மேல் பாய்ந்தான். தன்னுடைய பல்லாண்டுக் கனவு நினைவாகிவிட்டதாக நினைத்துப் பெருமிதத்தோடு பைக்கில் பறந்தான் மன்சூர்.

மயக்கம் தெளிந்த பாப்பம்மாள் தன்னைத்தானே வெறுத்தாள். தீக்குளித்துச் செத்துவிடலாமென்று முடிவெடுத்தாள். தன் பிள்ளை அனாதையாகிப் போகுமே என்று கதறியழுதாள். அவள் இப்போதைக்குச் சட்டத்தையும் நம்பவில்லை. ஜ மாத்தையும் நம்பவில்லை. குடம் குடமாய் நீரூற்றிக் குளித்துவிட்டு கருப்பசாமி கோயிலை நோக்கி நடக்கத் துவங்கினாள். 'ஏ.... கருப்பசாமி....' என்று ஓலமிட்டு அழுதாள். ஆலமரத்தில் அமர்ந்திருந்த பறவைகளெல்லாம் சிறகுகளால் வயிற்றில் அடித்துக்கொண்டு பறந்தன. குளத்திலிருந்து தலையெட்டிப் பார்த்த நீர்ப் பாம்புகளெல்லாம் தண்ணீருக்குள் தலை இழுத்துக்கொண்டன. கருப்பசாமியின் முன் நின்று கொண்டு சூடுபட்ட சிறுபிள்ளையைப்போல் கேவிக்கேவி அழுதாள். உடலெல்லாம் நடுங்கிக் கொண்டிருந்தது பாப்பம்மாளுக்கு. மூன்றுமுறை கைநிறைய மண்ணள்ளித் தூற்றினாள்.

'நா ஒரு ஆக்கங்கெட்ட அறுதலி முண்ட... என்னால என்ன செய்ய முடியும்? நீதாங் கேக்கனு...'

'எண்ணி எட்டு நாளுல அவன நீ கேக்காம விட்ட!'

'ஒம்போதாவது நாளு, நா இந்த ஆலமரத்துல பொணமாத் தொங்குவே...'

'இது நான் பெத்த புள்ள மேல சத்தியம்.'

என்று சொல்லிக் கதறிவிட்டுத் திரும்பிப் பார்க்காமல் நடந்தாள்.

# பகுதி – 21

பாப்பம்மாள் போலீசுக்கும் போகமாட்டாள். பஞ்சாயத்தும் கூட்டமாட்டாள் என்று மன்சூர் நம்பினான். அப்படிச் செய்தால் அவளுக்கும் அவள் மகனுக்கும்தான் அவமானம். அதையும் மீறி அவள் புகாரளிப்பதாக இருந்தால் புகாரளிக்கட்டும். நடப்பதைப் பார்த்துக்கொள்வோம் என்ற துணிச்சலோடு இருந்தான் மன்சூர்.

அடுத்தநாள் மதுரைக்குத் தன் பைக்கிலேயே போனான் மன்சூர். ஊர் திரும்ப இரவாகிப் போனது. இரவு சுமார் 1:00 அல்லது 1:30 மணியிருக்கும். திருவாடானையைத் தாண்டி வேகமாக வந்து கொண்டிருந்தான். சுண்டும் வினாடியில் நாய் ஒன்று பைக்குக்குக் குறுக்கே வந்து பாய்ந்தது. நிலை தடுமாறியவன் பைக்கிலிருந்துத் தூக்கி எறியப்பட்டான்.

விடிந்து காலை ஏழு மணியாகி விட்டது. சாலையில் அடிபட்டுக் கிடந்தால் யாராவது பார்த்து உதவி செய்திருப்பார்கள். அவன் சாலையிலிருந்து தூக்கியெறியப்பட்டுப் புதருக்குள் குப்புறக் கிடந்தான். ஆடுமேய்க்க வந்த சிறுவர்கள் பார்த்து மற்றவர்களுக்குச் சொல்லி, கூட்டம் கூடிவிட்டது. 108அவசர ஊர்தி வரவழைக்கப்பட்டது. மதுரை பெரியாஸ்பத்திரியில் சேர்க்கப்பட்டான். சிறு சிறு கீறல்கள்தான் பெரிய அடி ஒன்றும் கிடையாது. மருத்துவமனைக்கு சென்ற சில மணி நேரங்களிலேயே அவன் இயல்பு நிலைக்குத் திரும்பி விட்டான். ஆனால் தூக்கியெறியப்பட்டு, அடிபட்டு

உருண்டதில் அவனது நரம்பு மண்டலங்கள் பாதிக்கப்பட்டு விட்டது. அவனால் எழுந்து நடக்க முடியாது. தானாக எழுந்து மலஜலம் கழிக்கமுடியாது. மொத்தத்தில் இடுப்புக்குக் கீழ் அவன் பிணமாகிப் போனான். இந்த நோய் எளிதில் குணமடையாது. தனியார் மருத்துவமனைகளுக்குச் சென்றாலும் பயனில்லை. அதிகபட்சம் உடற்பயிற்சிகள் மட்டுமே இதற்கு மருந்து. அதனை வீட்டில் வைத்தே நீங்கள் பார்த்துக் கொள்ளலாம் என்று மருத்துவர்கள் கூறிவிட்டார்கள். ரகுமத்தும் மருத்துவமனையில்தான் இருந்தாள். உறவினர்கள் எல்லோரும் அவனை வீட்டில் வைத்துப் பார்த்துக் கொள்வதுதான் சரிப்படும் என்று முடிவு செய்து ஊருக்கு அழைத்து வந்துவிட்டார்கள்.

கால்களில் ரெக்கை கட்டிப் பறந்தவன் இன்று கட்டிலோடு முடங்கிப் போனான். குழாய் வழியே மூத்திரம் ஒரு பையில் சொட்டிக் கொண்டிருந்தது. தெரிந்தவர்கள் உறவினர்கள் என்று அனைவரும் வந்துத் துக்கம் விசாரித்துவிட்டுப் போவார்கள். மனதை இரும்பாக்கிக் கொண்டு ரகுமத் அவனது மூத்திரப்பையை மாற்றி, உடலைத் துடைத்து, பழச்சாறும் மாத்திரை மருந்தும் கொடுத்துப் பார்த்துக் கொண்டாள்.

அன்று வியாழக்கிழமை. பாப்பம்மாள் கருப்பனிடம் முறையிட்டு ஏழுநாட்கள் ஆகிவிட்டன. ரகுமத், பிள்ளைகளை பள்ளிக்கூடத்திற்கு அனுப்பப் பரபரப்பாக இயங்கிக் கொண்டிருந்தாள். ஏழு நாட்களாக வெறும் பழச்சாற்றை மட்டுமே குடித்துக் கொண்டிருந்த மன்சூருக்கு ஏதாவது சாப்பிட வேண்டும்போலத் தோன்றியது. கைக்கெட்டும் தூரத்திலிருந்த பழக்கூடையிலிருந்து ஒரு ஆப்பிளை எடுத்து ஒரு கடி கடித்தான். தற்செயலாக அதனைப் பார்த்த ரகுமத்துக்குக் கோபம் மண்டையை முட்டியது.

'ச்சீ... ஒழுக்கங்கெட்ட தெருப்பொறுக்கி.'

'வாய்க்குச் சொனப்பா கேக்குதோ...'

'கண்டதையும் தின்னுபுட்டு நீ பேண்டுக்குட்டு கடப்பே...'

'ஒனக்கு நாம் பீயள்ளிப் போடணுமா?'

'ஊரு ஊரா மேஞ்சிகிட்டுத் திரிஞ்சியே...'

'அதுல எவளையாச்சி வந்து அள்ளிப்போடச் சொல்லு.'

'என்னைய நீ படுத்தினப் பாட்டுக்குத்தான் அல்லா ஒன்னைய இப்புடி மொடக்கிப் போட்டுட்டான்.'

'நா அல்லாஹ்வுக்கு பயந்து, மனசக் கல்லாக்கிக்குட்டு ஒனக்கு நல்லது கெட்டது பாக்குறேன்.'

'என்னையப் பாவத்தாளிய ஆக்கிறாத...'

என்று பேசிக்கொண்டே அவன் கையிலிருந்த ஆப்பிளை வாங்கித் தூக்கியெறிந்தாள். மன்சூர் முதல் முறையாக மனம் நொந்து அழுதான். அவனுக்கு வாய்விட்டு அழவேண்டும் போல இருந்தது. எத்தனையோ ஆண்டுகளுக்குப் பிறகு இன்றுதான் இறந்துபோன தன் தாயின் நினைவு வந்தது. நெஞ்சம் வெடித்துவிடுவதைப் போல இருந்தது அவனுக்கு. அன்று மாலை மன்சூரைப்பார்க்க அவன் நண்பன் கலந்தர் கையில் ஹார்லிக்ஸ் பாட்டிலுடன் வந்தான். கலந்தரிடம் தன் வருத்தங்களையெல்லாம் கொட்டித்தீர்த்தான் மன்சூர். தன் மனைவி பேசியதைவிட, தான் பெற்ற பிள்ளைகள் இதுவரைத் தன் அருகில் வந்துப் பார்க்கவில்லை என்பதுதான் அவனுக்கு பெருங்கவலையாக இருந்தது. வந்ததற்கு ஓரிரு அறிவுரைகளைச் சொல்லிவிட்டு கலந்தர் எழுந்து சென்றுவிட்டான். மன்சூரின் உள்ளம் குமைந்தது.

'மாப்புள! நீ இருக்குற இந்த நெலைமக்கி இதையெல்லாம் மனசுல வச்சிக்காத...'

'ரகுமத் சொல்லுறதும் நியாயந்தானே! அவளால உன்னைய மட்டுமே பாத்துக்குட்டு இருக்க முடியுமா?'

'இல்ல என்னாலதான் வந்து பாத்துக்குட்டு இருக்க முடியுமா?'

'டேய்! நீயே சொல்லுடா மச்சான். இப்போதைக்கி நீ எல்லாருக்கும் ஒரு சொமதான். அதுவுமில்லாம மத்தவுங்க

மேல கொர சொல்லிக்கிட்டு இருந்தா அவங்களுக்குக் கோவந்தான்டா வரும்.'

'பாத்துப் புரிஞ்சி நடந்துக்கடா...'

கலந்தர் கூறிய சொற்கள் அவன் காதுகளில் ஒலித்துக் கொண்டே இருந்தது. தான் இதுவரை செய்த அனைத்துத் தவறுகளையும் நினைத்து நினைத்து அழுதான் மன்சூர். துடிப்போடு இயங்கும் காலத்திலேயே நிலையாமையை உணர்ந்து, தக்கவை செய்து, தகாதவை விலக்க வேண்டும். பிறகு துவண்டு விழுந்த காலங்களில் கழிவிறக்கம் கொண்டு என்ன பயன்?

வெள்ளிக்கிழமை பெரும் அதிர்ச்சியோடுதான் விடிந்தது. மன்சூர் வீட்டின் வாசலில் போலீஸ் வாகனங்களும், ஒரு 108அவசர ஊர்தியும் நின்றிருந்தது. வீட்டைச் சுற்றிப் புற்றீசல் போல மனிதக்கூட்டம். மன்சூரின் உடல் வாகனத்தில் ஏற்றப்பட்டது. வீட்டுக்குள் இரத்தக் கவிச்சியின் நெடியடித்தது. பழம் வெட்ட வைத்திருந்த கத்தியை எடுத்து தன் வயிற்றில் 36 முறை குத்திக்கொண்டு செத்துப் போனான் மன்சூர். தரையில் சிதறிக் கிடந்த குடலையெல்லாம் போலீசுகள்தான் வயிறுக்குள் அள்ளிப் போட்டார்கள். இந்தக் கோரமான காட்சியைக் கண்ட ரகுமத் புத்தி பேதலித்தவளைப் போல அமர்ந்திருந்தாள்.

'எங்க வாப்பா மேல நாங்க கோவப்பட்டோம்.'

'ஆனா அவரு சாவனுமுன்னு நாங்க நெனக்கல...'

என்று மன்சூரின் மகன்கள் அழுத காட்சியைப் பார்க்கவே பரிதாபமாக இருந்தது.

ஏழுநாட்களுக்குப் பிறகு பாப்பம்மாள் இன்றுதான் வீட்டைவிட்டு வெளியே வந்தாள். கருப்பசாமி கோயிலில் பொங்கல் பானைக் குதியாட்டம் போட்டுக் கொதித்துக் கொண்டிருந்தது.

கடற்கரை ஆலமரத்தடியில் பஞ்சாயத்துக் கூடியது. பஞ்சாயத்துத் தலைவர்களுக்கு என்ன பேசுவது என்றே தெரியவில்லை. கொற்றவனும் குறிஞ்சிமலரும்

எங்களுக்கு விவாகரத்து வேண்டுமென்று பஞ்சாயத்தில் முறையிட்டார்கள். பஞ்சாயத்துக்குத் தொண்டியம்மாளும் வரவழைக்கப்பட்டிருந்தாள். தொண்டியம்மாளைப் பார்க்கவே கொற்றவனுக்குப் பிடிக்கவில்லை என்றாலும்.

'நல்லவளோ கெட்டவளோ பெத்தவ வயிறு எறிஞ்சா புள்ளைக உருப்படாதுங்குறது உண்மதான்.'

கொற்றவனின் மனதில் எண்ணற்ற சிந்தனைகள் ஓடிக் கொண்டிருந்தன. தன் வாழ்வில் இப்படி ஒரு நிலை வருமென்று அவன் நினைத்தே பார்க்கவில்லை. வேதனையும் அவமானமும் அவனைப் பிய்த்துத் தின்றுகொண்டிருந்தது.

'நா கோவப்பட்டேன், திட்டுனேன், மூஞ்சில முழிக்காம இருந்தேன்.'

'அதுக்காக நாம் பெத்த புள்ள வாழக்கூடாதுன்னு நெனக்கலயே...'

கண்ணீரைத் துடைத்துக் கொண்டாள் தொண்டியம்மாள்.

திடீரென்று பெருங்கூக்குரல் கேட்டது. ஊரே திரண்டுத் தொண்டியம்மாள் கோயிலை நோக்கி ஓடிக் கொண்டிருந்தது. பஞ்சாயத்தைக் கலைத்துவிட்டு எல்லோரும் ஓடினார்கள்...

※※※